இந்த நகரத்தில் திருடர்களே இல்லை

லத்தீன் அமெரிக்கச் சிறுகதைகள்

தொகுப்பும் மொழிபெயர்ப்பும்
ராஜகோபால்

தேசாந்திரி பதிப்பகம்

தேசாந்திரி பதிப்பக வெளியீடு: 111

இந்த நகரத்தில் திருடர்களே இல்லை
(லத்தீன் அமெரிக்கச் சிறுகதைகள்)

தொகுப்பும் மொழிபெயர்ப்பும்: **ராஜகோபால்**

முதல் பதிப்பு: டிசம்பர் 2022

தேசாந்திரி பதிப்பகம்,
டி-1, கங்கை அப்பார்ட்மெண்ட்,
110, 80 அடி ரோடு, சத்யா கார்டன்,
சாலிக்கிராமம், சென்னை 600 093,
தொலைபேசி: 044 23644947.
விலை: ரூ. 160

Intha Nagarathil Thirudarkale Illai-
(Latin American Short Stories)
Compiled and Translated by: Rajagopal

First Edition: Dec 2022, Pages: 136
Size: Demy 1x8, Paper: 18.6 kg maplitho

Published by : **Desanthiri Pathippagam**
D-1, Gangai Apartments,
110, 80-Feet Road, Satya Garden, Saligramam,
Chennai - 600 093, Ph: 044 2364 4947
Email : desanthiripathippagam@gmail.com
www.desanthiri.com

ISBN: 978-93-93099-03-7
Wrapper Design: Manikandan
Book Design: R.Prakash
Printed by: Ramani Print Solution, Chennai.

Price: Rs. 160

முன் குறிப்பு

சோல்தான் ஃபேபரியின் 'இரங்கற்பா ' என்னும் படத்தில் ஒரு காட்சி இடம்பெறுகிறது. யூதன் ஒருவன் ஜெர்மன் அதிகாரியிடம் மாட்டிக் கொள்கிறான். தன்னை விடுவிக்கும்படி கெஞ்சுகிறான். முன்பு ஜெர்மானிய இலக்கியத்தைச் சிரத்தையோடு படித்ததைச் சொல்லிக் காட்டுகிறான். கதேயின் கவிதையை ஒப்புவிக்கிறான். முதல் வரியை யூதன் தொடங்க, கடைசி வரியை அதிகாரி முடிக்கிறான். யூதனின் முகம் மலர்கிறது. தான் விடுவிக்கப்படும் கணத்தை எதிர்நோக்க, திடீரென்று ஜெர்மன் அதிகாரியால் சுட்டுக் கொல்லப்படுகிறான். ஃபேபரி, 'இலக்கியம் நம்மைக் காப்பாற்றாது' என்கிறார். ஆனால் இன்று நம்முடைய காலத்தில் நம்முடைய சூழலில் நிலை மாறி இருக்கிறது. அதிகாரிகளுக்கு இலக்கியத்தின்மீது கனிவு பிறந்திருக்கிறது, கரிசனம் வளர்ந்திருக்கிறது. படைப்பாளிகளுக்கும் அவர்கள் மீது நம்பிக்கை ஏற்பட்டிருக்கிறது. அதிகாரிகள் இலக்கியத்தைத் துல்லியமாக, நுட்பமாக மேற்கோள் காட்டுகிறார்கள். படைப்பாளிகளுக்குப் பல்வேறு விஷயங்களில் உதவுகிறார்கள்; அக்கறை எடுத்துக்கொள்கிறார்கள்; அனுகூலமாக இருக்கிறார்கள். பதிப்பாளர்கள், படைப்பாளிகளைக் கௌரவமாக நடத்துகிறார்கள். படைப்பாளிகளும் சமரசமின்றிச் செயல்படுகிறார்கள். மெய்யான ஈடுபாட்டோடு நண்பர்கள் சிறு பத்திரிகைகளைக் கொண்டு வருகிறார்கள். விமர்சனங்கள் தனிநபர்களைத் தவிர்த்து மனோபாவங்களையே சாடுகின்றன. பத்தி எழுத்தாளர்களுக்கு அவர்களுடைய எல்லை தெரிந்திருக்கிறது; படைப்பாளியின் அருமை புரிந்திருக்கிறது. ஒடுக்கியவர்கள் ஒடுக்கப்பட்டவர்களுக்காகப் போராடுகிறார்கள். உலர்ந்த சொற்களைக் கொண்டு கவிதை எழுதுகிறவர்கள்கூடச் சிறப்பாக மதிக்கப்படுகிறார்கள்.

கைப்பிடி அளவுள்ள அதிகாரத்திற்காக ஒருவரையொருவர் சிறுமைப்படுத்திக் கொள்வது குறைந்திருக்கிறது. இதையெல்லாம் ஃபேபரி அறிந்து கொள்ளும்போது அகம் மகிழ்ந்து போவார்.

*

'**க**லை என்பது பிரச்னையைச் சுற்றி எழுப்பப்படும் புனைவே என்கிறார் சார்த்தர். இங்கு மொழிபெயர்க்கப்பட்டுள்ள கதைகளும் வாழ்வின் ஆதாரக் கேள்விகளைப் புனைவுருவில் ஆராய்பவையே. மொழிபெயர்ப்பு என்பது எவ்வித வசதிகளும் இன்றி ஒருவரைப் பனியிலோ அடைமழையிலோ பின்தொடர்வதற்கு ஒப்பானது. தொடக்கத்தில் நண்பர்களுடைய கவனத்தைக் கவருவதற்காகவும், சிறந்த படைப்பாளிகளை மொழிபெயர்க்கத் தொடங்குவதின் வாயிலாகப் படைப்பாக்கத்தின் சூட்சுமத்தைத் தெரிந்து கொள்வதற்காகவுமே மொழிபெயர்ப்பில் ஈடுபட்டேன். நாளடைவில் இவற்றை மீறிய விஷயங்கள் மனதில் நடமாடிக் கொண்டிருப்பது புலப்பட்டபோதும் அவற்றை என்னால் இனம் கண்டுகொள்ள முடியவில்லை. ஆனால் இன்று, இத்தொகுப்பிலுள்ள கதைகள் யாவற்றையும் மொத்தமாக வாசித்துப் பார்க்கும்போது அதை என்னால் அடையாளம் கண்டுகொள்ள முடிகிறது. இந்நூற்றாண்டின் மிகச் சிறந்த கண்டுபிடிப்பை நிகழ்த்தியவர் மார்க்ஸோ, ஃபிராய்டோ அல்ல. மாறாக, ஃபிளாபெர்ட் மனித இயல்பின் தவிர்க்க இயலாத ஒரு பகுதியாக மடத்தனம் ஒளிந்துள்ளது என்பதை மேடம் போவரியின் வாயிலாக நமக்குக் கண்டுபிடித்துச் சொன்னவர் அவர். 'ஃபிளாபெர்டிற்கு முன் மடத்தனத்தை அறியாமை என்றே மேற்கு புரிந்து கொண்டிருந்தது' என்று சொல்கிறார் மிலன் குந்தேரா. ஒரு செயலின் சாதக பாதக அம்சங்களை அலசி ஆராய்ந்த பின்னும், ஒரு பாதகச் செயலில் ஈடுபடுவதே மடமை. ஒரு மொழிபெயர்ப்பாளருக்குரிய விரிவான வாசிப்போ புலமையோ இல்லாதபோது என்னைச் செயல்பட வைத்தமைக்கான காரணம் இப்பேதமையே.

படைப்பாக்கத்தில் சென்ற நூற்றாண்டின் தொடக்கத்தை ரஷ்யர்களும் நடுப் பகுதியை அமெரிக்கர்களும், பிற்பகுதியை லத்தீன் அமெரிக்கப் படைப்பாளிகளும் ஆட்சி செய்தார்கள். கோகலின் மேலங்கியிலிருந்து ரஷ்யர்களும், ஆலன்போவின் கறுப்புப் பூனையிலிருந்து அமெரிக்கர்களும், போர்ஹேயிடமிருந்து லத்தீன் அமெரிக்க இலக்கியமும் பிறந்ததாக கார்லோஸ்

புயண்டஸ் குறிப்பிடுகிறார். தமிழில் பல லத்தீன் அமெரிக்கச் சிறுகதைகள் மொழிபெயர்க்கப்பட்டுவிட்ட பிறகு, மீண்டும் ஒரு லத்தீன் அமெரிக்கச் சிறுகதை தொகுப்பிற்கான அவசியம், காரணம் என்ன என்ற கேள்விக்கு, இங்கு வேறொரு காலத்தில், வேறொரு இடத்தில், வேறொரு மனம் இக்கதைகளின்பால் மீண்டும் ஆகர்ஷிக்கப்பட்டுள்ளது என்பதே பதில். ஆலன்போவின் கதைகளை ஸ்பானிஷில் போர்ஹே மொழிபெயர்த்துவிட்டிருந்தபோதும், போவின் சிறுகதைகளை கொர்த்தஸார் மீண்டும் ஒருமுறை முழுமையாக மொழிபெயர்த்தது குறிப்பிடத்தக்கது. இதன் வேறொரு பரிமாணம்தான் தமிழில் ஒரு புதினத்தையும் ஒரு சிறுகதையையும் பலர் மொழிபெயர்த்தது. வெவ்வேறு காலகட்டங்களில் வெவ்வேறு சிறு பத்திரிகைகளில் மார்க்வெஸின் சிறுகதையான செவ்வாய்க்கிழமை மதிய தூக்கம், வண்ணநிலவன், ஆர்.சிவக்குமார், அமரந்தா போன்றோரால் மீண்டும் மீண்டும் மொழிபெயர்க்கப்பட்டது. இத்தொகுப்பிலுள்ள சில கதைகள் யாவும் நண்பர் அரவிந்தனிடம் மொழிபெயர்ப்பு செய்யப்பட்டவுடனேயே காட்டப்பட்டவை. இங்கு ஒன்றைக் குறிப்பிட்டாக வேண்டும். நண்பர் அரவிந்தனின் இலக்கியச் செயல்பாட்டோடும் இலக்கிய நிலைப்பாட்டோடும் நான் மாற்றுக் கருத்துகள் கொண்டிருந்தும் அவ்வப்போது வாய்ப்பு கிடைக்கும் போதெல்லாம் இக்கதைகளைச் செம்மைப்படுத்துவதற்கு உதவ அவர் தயங்கியதேயில்லை. அவருடைய ஆலோசனைகளே வாசிப்பிற்கு உகந்ததாக இக்கதைகளை மாற்றியுள்ளன. அவருக்கு என் விசேஷ நன்றிகள்.

*

நவீன இலக்கியத்தை எனக்கு அறிமுகப்படுத்தியவர் திரு.மனுஷ்ய புத்திரன். சிறு பத்திரிகைகளோடும் அதன் தார்மீக மதிப்பீடுகளோடும் பரிச்சயம் ஏற்படுத்தியவர் திரு.சதமிழ்ச்செல்வன். மொழிபெயர்ப்பில் ஈடுபடும்படி என்னைத் தூண்டியவர் திரு.எஸ்.ராமகிருஷ்ணன். மொழிபெயர்ப்பிலும் இலக்கியத்திலும் என்னுடைய ஆதர்சம் திரு.சி.மோகன். இதில் மேற்குறிப்பிட்டவர்கள் அனைவரும் எழுத்தாளர்கள். மோகன் ஒருவரே ஆளுமை. ஆளுமைகள் என்றும் விசேஷமானவை. அதே சமயம் விசித்திரமானவையும்கூட. பெருந்தெய்வத்திற்கும் சிறு தெய்வத்திற்கும் இடையே உள்ள வித்தியாசமே,

ஆளுமைக்கும் எழுத்தாளருக்கும் இடையில் உள்ள வித்தியாசம். எழுத்தாளர்களைப் பொறுத்தமட்டில் அவர்கள் மறைந்தாலும் அவர்களுடைய படைப்பின் வழி அவர்களோடு நாம் உரையாட முடியும். ஆளுமைகளின் விஷயம் வேறு. ஆளுமைகளின் பார்வை, நோக்கு, தர்க்கம், ரசனை, வாழ்க்கை என யாவும் 'கல்சிறு பொருநுரை போல்' காற்றில் கரைந்து செல்லக்கூடியவையாக இருப்பினும் ஆளுமைகள் அலாதியானவையே. வாழும் காலத்தில் அவர்களோடு சிநேகம் கொள்ளவும், தர்க்கம் புரியவும், அகந்தை மேற்கொள்ளவும் துவேஷம் பாராட்டவும் கிடைக்கும் வாய்ப்பு பேறு பெற்றது. நான் பேறு பெற்றவன்.

*

சமயங்களில் கற்பனை, மயக்கமாக மாறிவிடுகிறது. ஏதேதோ காட்சிகள் ஏதேதோ ஞாபகங்களைக் கிளர்த்துகிறது. பாலைவிட வேகமாகத் திரிந்து விடுகிற உறவுகள் வாழ்வின் மீது மிகுந்த அவநம்பிக்கையைத் தோற்றுவிக்கின்றன. நினைவுகள் திமிறி, சுவற்றில் நம்மை எறியும்போது நம்மை நாம் காப்பாற்றிக்கொள்ள எவற்றிலாவது ஈடுபடுத்திக் கொள்ள வேண்டியுள்ளது. இப்புத்தகமும் அம்மாதிரியான ஓர் எளிய முயற்சியே.

ராஜகோபால்

உள்ளே...

1. பிரிவு — 11
2. சிறுத்தைக் கண்கள் — 14
3. அலமாரி, வயோதிகர் மற்றும் மரணம் — 21
4. பால்கனி — 32
5. இவ்வாறான நாட்களில்... — 54
6. யாரோ இந்த ரோஜாக்களைக் கலைத்துக்கொண்டே இருக்கிறார்கள் — 60
7. இந்த நகரத்தில் திருடர்களே இல்லை — 66
8. ஆக்கிரமிக்கப்பட்ட வீடு — 105
9. பூங்காக்களின் தொடர்ச்சி — 115
10. நரகம், I, 32 — 118
11. நாயகனும் துரோகியும் பற்றிய கருப்பொருள் — 121
12. பின்னிணைப்பு — 127

நன்றி

இந்தக் கதைகளில் சில சிலேட், அட்சரம், புதிய பார்வை, பன்முகம், பிரும்ம ராஷஸ் ஆகிய பத்திரிகைகளில் வெளியாகியுள்ளன.

சிறுகதைகளில் பெரும்பாலானவற்றை வெளியிட்டது பிரம்ம ராஷஸ். பிரும்ம ராஷஸ் இதழுக்காக, சிறுத்தைக் கண்கள், அலமாரி, வயோதிகர் மற்றும் மரணம் ஆகிய கதைகளைத் தேர்ந்தெடுத்து மொழிபெயர்த்துத் தரும்படி கேட்டுக்கொண்டவர் திரு.டி.கண்ணன். பிரும்ம ராஷஸ் இரண்டாம் இதழுக்காக மொழிபெயர்க்கப்பட்டவை பால்கனி மற்றும் நரகம், 32. ஆல்பர்தோ சிம்மலின் சிறுகதையை இணைந்து மொழிபெயர்த்தவர் திரு.அரவிந்தன். இக்கதைகளின் மூல நூல்களை, கள்ளழகர், டி.கண்ணன், லஷ்மி மணிவண்ணன் ஆகியோரிடமிருந்து பெற்றேன்.

மொழிபெயர்ப்பின் முதல் படியைப் படித்துப் பார்த்து அபிப்பிராயம் பகிர்ந்து கொண்டதோடு நெருடலான பகுதிகளைச் சுட்டிக்காட்டியவர்கள் நண்பர்களான பால்நிலவன், முத்துராமன், ஜான் பாபுராஜ். மார்க்வெஸின் சிறுகதையான 'இந்த நகரத்தில் திருடர்களே இல்லை' மொழிபெயர்ப்பில் வெளிப்பட்ட பிழையைச் சுட்டிக் காட்டியவர் கவிஞர் திரு.சங்கரராம சுப்பிரமணியன். இவ்வாறான நாட்கள் சிறுகதையின் முதல் படியைத் திருத்தித் தந்தவர் திரு.தளவாய் சுந்தரம். ஓரிரு கதைகளை மூலப்பிரதியோடு ஒப்பிட்டுப் பார்த்து, மொழிபெயர்ப்பைச் செழுமைப்படுத்தித் தந்தவர் திரு.விடியல் வேணுகோபால்.

இச்சிறுகதைகளைக் கணினியில் ஒழுங்குபடுத்தி தந்தவர் திரு. எஸ்.கதிரவன். இலக்கியம், வாழ்க்கை, ரசனை, மதிப்பீடுகள்

தொடர்பாக மிகுந்த மாறுபட்ட கருத்துகள் கொண்டிருந்தும் இப்புத்தகம் பொலிவுற ஆலோசனை வழங்கியதோடு இச்சிறுகதைகள் புத்துருவாக்கம் பெற அனுசரணையாக இருந்தவர்கள் திரு.பா.ராகவன் மற்றும் திரு.பத்ரி சேஷாத்ரி.

சிறுகதைகளின் தலைப்பில் இடம்பெற்றுள்ள பொருட்செறிவான ஓவியம் திரு.சி.வெங்கடேசன் அவர்களின் கைவண்ணத்தில் உருவானது. அதைப் பயன்படுத்திக்கொள்ள அவர் அளித்த அனுமதிக்குக் கடன்பட்டுள்ளேன்.

ஆல்பெர்தோ சிம்மல்

எளிய மனிதர்களை அசாதாரண சூழ்நிலையில் வைத்து ஆராய முயல்பவை ஆல்பெர்தோ சிம்மலின் சிறுகதைகள், சிறுகதையாசிரியரான இவர் மெக்சிகோவைச் சேர்ந்தவர். இங்கு பிரசுரமாகியுள்ள கதையை ஆங்கிலத்தில் அவரே மொழிபெயர்த்து இருக்கிறார். கார்லோஸ் புயண்டஸிற்கு அடுத்த தலைமுறையைச் சார்ந்த சிம்மல் இதுவரை பத்து புத்தகங்களை வெளியிட்டிருக்கிறார். 1998இல் வெளியான "உலகின் மக்கள்" (People of the World) என்னும் இவருடைய நாவல் மெக்சிகோவில் கடந்த இருபது ஆண்டுகளில் வெளியான சிறந்த ஸ்பானிய புத்தகங்களில் ஒன்றாகத் தேர்ந்தெடுக்கப்பட்டுள்ளது.

பிரிவு

அபா நகரம் நிலநடுக்கத்தால் அழிந்துபோன நாளில் ஒரு தாய் தன் மகன் மரணமடைவதைப் பார்த்தாள். அவளால் அந்த மரணத்தை ஏற்றுக்கொள்ள முடியவில்லை. அவனைத் திருப்பித் தருமாறு தெய்வங்களிடம் வேண்டினாள். கருணை கொண்ட தெய்வங்களும் அந்தக் குழந்தையின் ஆன்மாவை மறு உலகத்தில் நுழைய அனுமதிக்காமல் மறுபடியும் அதை அவனுடைய உடலிலேயே புகுத்திவிட்டன. ஆனால் தெய்வங்களைப் பற்றித்தான் உங்களுக்குத் தெரியுமே! அந்த உடல் இன்னமும் செத்துதான் கிடக்கிறது. அதன் காயங்கள் ஆறவில்லை. மகன் திரும்பக் கிடைத்துவிட்ட சந்தோஷத்தில் திளைத்ததாய், அது கஷ்டப்படுவதையும் துன்புறுத்தும் தனது சதைப் பிண்டத்தின் கைதியாகியிருப்பதையும் கண்டு பீதி அடைந்தாள். அதன் பிறகுதான் அந்தக் கொடுமை நிகழ்ந்தது. குழந்தை அழுக ஆரம்பித்தது. புழுக்கள் அதன் மீது அப்பிக்கொண்டு அதன் உடலுள் புகுந்தன. அது சாவை வேண்டி அழுதது. ஆனால், நான்தான் சொல்கிறேனே, அது ஏற்கெனவே இறந்து போயிருந்தது. நொந்துபோன அந்தத் தாய் அதைக் கத்தியால் குத்தினாள். ஒரு முறை, இரண்டு முறை, மூன்று முறை, பல முறை. பிறகு பெரிய பாறைகளால் தாக்கினாள். விஷத்தைக் கொடுத்தாள். கழுத்தை நெரித்தாள். ஆனால் அந்தக் குழந்தை வலியில் அழுதுகொண்டே இருந்தது. கடைசியில் அந்தத் தாய் தோல் கிழிந்த, எலும்புகள் உடைந்த, ரத்தம் உறைந்த அந்த உடலைத் தூக்கிக் கொண்டுபோய் நெருப்பில் எறிந்தாள். பாவப்பட்ட அந்தக் குழந்தையும் எரிந்து புகையாகவும் சாம்பலாகவும் மாறியது. காற்று அதைச்

சிதறடித்து வெளியெங்கும் கலக்கச் செய்தது. அந்தத் தாய் முடிந்த அளவு அவளைத் தேற்றிக்கொண்டாள். ஆனால் அவள் அதைச் செய்திருக்கக் கூடாது. ஏனென்றால் அந்தக் குழந்தையின் ஆன்மா கண்ணுக்குப் புலப்படாத அந்த எச்சங்களின் வழியாக இன்னமும் அலைந்துகொண்டுதான் இருக்கிறது. துயருற்ற அந்த ஆன்மா உலகில் இன்னமும் உயிரோடுதான் இருக்கிறது. சுவாசிக்கும்போதும், வாயைத் திறக்கும்போதும், நீங்கள் அதை உணர்கையில் திடீரென்று ஒரு சோகம் உங்கள்மீது கவியும்.

●

லூயிஸா வெலின்சுலா

லத்தீன் அமெரிக்காவின் முக்கிய பெண் படைப்பாளிகளில் ஒருவரான லூயிஸா வெலின்சுலா அர்ஜென்டினாவின் புயனஸ் அயரஸில் பிறந்தவர். இன்று நியூயார்க்கில் வாழ்கிறார். இவருடைய பிரசித்தி பெற்ற சிறுகதைத் தொகுப்புகளின் பெயர் Clara, Strange things happen here, Other Weapons. இங்கு பிரசுரமாகியுள்ள இச்சிறுகதை கார்லோஸ் புயண்டஸும் ஜூலியோ ஆர்டிகாவும் சேர்ந்து தொகுத்த லத்தீன் அமெரிக்கச் சிறுகதைகள் தொகுப்பிலிருந்து தேர்ந்தெடுக்கப்பட்டுள்ளது. இதை ஆங்கிலத்தில் மொழிபெயர்த்தவர் Jeremy Munday.

சிறுத்தைக் கண்கள்

பாகம் 1

இருண்ட தாழ்வாரத்தினுடாக அவர்கள் நடந்து கொண்டிருக்கிறார்கள். திடீரென்று அவள் திரும்ப அவன் அலறினான். "என்னவாயிற்று..." என்று கேட்டாள் அவள். அவனுடைய பதில்: "உன் கண்கள். உன் கண்கள் வனமிருகத்தின் கண்களைப் போல் மினுமினுக்கிறது."

"அதை விட்டுத் தள்ளு, என்னை ஒழுங்காகப் பார்" என்றாள் அவள். உண்மையில் அங்கொன்றும் இல்லைதான். அவனை முழுமையாகப் பார்த்தபடி இதமான இருட்டில் அவள் நின்றுகொண்டிருக்கிறாள். பிறகு அவன் கையை நீட்டி சுவிட்ச்சைத் தேடி விளக்கைப் போட்டான். அவளுடைய கண்கள் மூடியிருந்தன. பளிச்சென்று தோன்றிய வெளிச்சத்தால் அவள் கண்களை மூடியிருக்கலாம் என்று அவன் நினைத்துக்கொண்டான். இருப்பினும் அவனால் அமைதியாக இருக்க முடியவில்லை.

அதனால், மினுங்கும் விழிகளைப் பார்த்த சமயத்திலிருந்தே அவர்களுக்கிடையே நிகழ்ந்த உரையாடல் மாறிவிட்டது. பிரகாசமான பச்சை விழிகளோ இப்போது கடும் பழுப்பில் தோன்றுகின்றன; அடையாள அட்டையில் பழுப்பு நிறம் என்றே அவை குறிப்பிடப்பட்டிருக்கின்றன. அலுவலகத்தில் நிலவும் வெளிச்சத்திற்குப் பழுப்பு நிறம் இயல்பானதாகத்தான் காட்சியளிக்கும். அவளுக்கு ஒரு வேலை கொடுக்கலாம் என்று அவன் விரும்பினான். சுடர்விடும் பச்சை ஒளி அவர்களுக்கிடையில் குறுக்கிட்டது (அது மருட்சியூட்டும் விதத்திலிருந்தது). வெளியில் ஏதோ அசம்பாவிதம். கோரியான் தெருவில் இருப்பவர்கள் அதைச் சமாளித்து விடுவார்கள். பிரகாசித்துக்கொண்டிருந்த விழிகள், அலுவலகத்தினுள்

வனத்தின் ஓசையை அழைத்து வந்தன. சரி, நாம் இப்படியே பேசிக்கொண்டிருந்தால், தொடர் சங்கிலி போல் நீண்டு கொண்டிருக்கும் இந்நிகழ்வின் தாத்பரியத்தைப் புரிந்துகொள்ள முடியாமல் போய்விடுவோம். ஜன்னல் திறந்திருக்கிறது. இங்கு நாம் ஒன்றைக் குறிப்பிட்டாக வேண்டும். திறந்திருக்கும் ஜன்னலை வைத்து, வனத்தின் ஓசைக்கு ஏதாவது ஒரு விளக்கத்தை நம்மால் கொடுத்துவிட முடியும். சப்தத்திற்குச் சப்தத்தால் விளக்கம் கொடுத்து விடலாம். இருந்தாலும், தாழ்வாரத்தில் கண்களில் பிரகாசித்த ஒளியைப் பகுத்தறிவால் விளக்கிவிட முடியாது. காரணம், திறந்திருந்த ஜன்னலுக்கும் முன்னமே வியாபித்திருந்த இருளுக்கும் இடையில் அங்கு ஒரு மூடப்பட்ட கதவு இருந்தது.

அவனை எதிர்கொள்வதற்காகத் தாழ்வாரத்தில் அவள் திரும்பியது இங்கு கேள்விக்கு அப்பாற்பட்ட விஷயம். மேலும் விழிகளில் பிரகாசித்த ஒளி; அந்தப் பார்வையின் நோக்கம்தான் என்ன? அவனுள் அவை எதைத் தேடுகின்றன அல்லது எதை எதிர்பார்கின்றன? அவன் அலறியிருக்கவில்லை என்றால்...? அலுவலகத்திலுள்ள பதினான்காம் தளத்தில் வைத்து அவன் அவளுடன் பேசியபோது - ஒரு ஜோடிக்கண்களுடன்தான் அவன் பேசினான் - தனக்குள்ளேயே சில கேள்விகளைக் கேட்டுக் கொண்டான். உண்மையில், அப்போது அவன் என்ன பேசினான் என்றோ, அவனிடமிருந்து என்ன எதிர்பார்க்கப்படுகிறது என்றோ, அந்தப் பொறி எங்கிருக்கிறது...? அதிலிருந்து மெதுவாக எப்படித் தப்ப வேண்டும் என்றோ அவனுக்குத் தெரியாது. சந்தேகமில்லை, அது ஒரு வனமிருகத்தின் கண்கள்தான். பின்புறமுள்ள ஜன்னலைத் திறந்து வைத்துக்கொண்டு அவளுடன் அவன் உரையாடும் போது அவனுக்கே ஆச்சரியமாக இருக்கும். அவனுடைய பயத்தை அவனால் அடக்க முடிந்தால் அல்லது அதை மேலும் கொஞ்சம் ஆராய முடிந்தால்...

பாகம் 2

காலை மூன்று மணி வாக்கில், பெண்மணியான நீங்கள், சந்தேகமூட்டக் கூடிய சப்தம் கேட்டு கண்விழிக்கிறீர்கள். அசையாமல் படுக்கையில் கிடந்தபடி கூர்ந்து செவிமடுக்கத் தொடங்கும்போது யாரோ உங்கள் படுக்கையறையில் நடமாடிக்கொண்டிருப்பதை உணருகிறீர்கள். அது ஒரு ஆண்தான். வீட்டை ஊடுருவிய அந்த மனிதன்,

சந்தேகமில்லாமல் உங்களைக் கற்பழிக்கத்தான் போகிறான். கார்பெட்டின் மீது அவன் மெல்ல அடியெடுத்து வைப்பதை உங்களால் கேட்க முடிகிறது. காற்றில் ஒரு நடுக்கம் பரவுகிறது. அவன் உங்களை நெருங்குகிறான். நீங்கள் மெதுவாக அசைவதற்குக்கூடப் பயப்படுகிறீர்கள். திடீரென்று உங்களுக்குள் இருக்கும் ஏதோவொன்று பயத்தைவிட உறுதி கொள்கிறது (அல்லது அதுவும் பயம்தானோ?). இருட்டில் அவனை எதிர்கொள்வதற்காகத் திரும்புகிறீர்கள். உண்மையில் அவன் பார்த்தது உங்கள் கண்களின் பிரகாசத்தைத்தான். பயந்து அலறி ஜன்னல் வழியாகக் குதிக்கிறான். இரவில், புழுக்கம் அதிகமாக இருந்ததால் ஜன்னல் திறந்தபடியே இருக்கிறது.

நம்முள் எழும் பல கேள்விகளுக்கு மத்தியில் பொருத்தமான இரண்டை மட்டும் இங்கு பார்ப்போம்:

அ. நீங்கள்தான் போன கதையில் தோன்றிய பெண்ணா?

ஆ. உங்களை போலீஸ் விசாரிக்கத் தொடங்கும்போது அந்த மனிதன் உங்களுடைய வீட்டில்தான் இருந்தான் என்பதை நீங்கள் எப்படி விளக்குவீர்கள்?

அ. ஆம். நீங்கள்தான் போன கதையில் தோன்றிய பெண். இதன் காரணமாகத்தான், பழைய நிகழ்வுகளை மனதில் இருத்திக்கொண்டு, காலை ஒன்பது மணி மட்டும் காத்திருந்து, கண் மருத்துவரைக் கண்டு எல்லாவற்றையும் கொட்டிவிடப் பரபரக்கிறீர்கள். அந்த மருத்துவரோ ஒரு தேர்ந்த நிபுணர். தொடர்ச்சியாகப் பல பரிசோதனைகளை உங்கள்மீது நிகழ்த்திய பிறகும் உங்கள் பார்வையைப் பற்றி அவரால் ஒன்றும் கண்டுபிடிக்க முடியவில்லை. நீங்களோ மேற்கொண்டு எவ்வித விளக்கமும் சொல்லாமல் இது என் பார்வையில்லை என்று சொல்வதற்குப் பயப்படுகிறீர்கள். பிறகு அந்த மருந்துவர் உங்கள் கண்களுக்கு உள்ளே ஆராயும் போது ஒரு கருஞ்சிறுத்தையைக் கண்டுபிடிக்கிறார். அவரால் உங்களிடம் இந்த விஷயத்தை விளக்க முடியாது. அவர் அந்த உண்மையைப் பதிவு செய்துவிட்டு, மீதமுள்ளவற்றை நன்கு படித்த, கற்பனை வளம் நிரம்பிய அவரது கூட்டாளிகளுக்கு விட்டுச் செல்கிறார். நீங்கள் மௌனமாக வீடு திரும்புகிறீர்கள். பதட்டத்தைத் தணித்துக்கொள்வதற்காகக் கத்திரியைக் கொண்டு முகத்தில் அரும்பியுள்ள மெல்லிய மயிர்களை அகற்றத் தொடங்குகிறீர்கள். உங்களுக்குள் அந்த கருஞ்சிறுத்தை உறுமுகிறது. ஆனால் நீங்கள் அதைக் கேட்கவில்லை.

ஆ. தெரியாது.

இருட்டில் கருஞ்சிறுத்தையின் பச்சைநிறக் கண்கள் மினுமினுத்ததாக, கண்ணாடியில் பிரதிபலித்ததாகத் தொடக்கத்தில் - தொடக்கம் என்று ஒன்று உண்மையில் இருக்கும் பட்சத்தில் - நாம் கற்பனை செய்தது தவறு. கதையின் முதல் பகுதியில் வந்த மனிதன்தான் இப்போது அவளுடைய அதிகாரி. திடீரென்று விளக்கை அணைத்துவிட்டு அந்தக் கண்களை எதிர்கொள்ளும்படி அவள் செய்துவிட்டால் என்ன செய்வது என்று அவன் பயந்தான். தைரியத்தைத் திரட்டி இதைப் பற்றி அவளிடம் அவனால் சொல்லவும் முடியவில்லை. அதிர்ஷ்டவசமாக அந்தக் கருஞ்சிறுத்தை அவளுடைய உடலில் பிற பாகங்களிலிருந்து வெளிப்படவில்லை. அமைதியாக நாட்கள் ஒவ்வொன்றாகக் கழிய, பழக்கத்தின் காரணமாகப் பயம் விலகத் தொடங்கியது. இருந்தபோதும் அவன் சில எச்சரிக்கை நடவடிக்கைகள் எடுத்திருந்தான். ஒவ்வொரு நாள் காலையிலும் அலுவலகத்திற்குக் கிளம்பும்போது, அவனுடைய பிரதேசத்தில் சிபேகா மின்நிலையம் ஏதாவது மின்தடைக்குத் திட்டமிட்டிருக்கிறதா என்பதைத் தெரிந்து கொள்வதோடு, கைக்கெட்டும் தொலைவில் மேஜையின் முதலடுக்கில் நல்ல டார்ச் ஒன்றை வைப்பதையும் வழக்கமாக்கிக் கொண்டான். ஜன்னலை எப்போதும் திறந்துவைப்பதன் வழியாக நாளின் கடைசிக் கிரணம் உள் நுழைவதற்கு வழி செய்ததோடு, அவளுடன் இருக்கும்போது பழைய காரியதரிசிகளோடு இருந்தது போல் அல்லாமல் ஒரு சிறிய கெட்ட எண்ணம்கூட எழாமல் பார்த்துக்கொண்டான். ஆனால் அவன் சிலவற்றை விரும்பினான். ஓரிரவு அவளை நடனத்திற்கு அழைத்துச் சென்ற பிறகு படுக்கைக்கு அழைத்துச் செல்ல வேண்டும் என்று விரும்பினான். அந்தக் கண்களை மேலும் ஒருமுறை பார்க்க நேர்ந்துவிட்டால் எழும் பீதி அவனை இவ்விதமான நடவடிக்கையில் இறங்க விடாமல் தடுத்தது. அவனால் செய்ய முடிந்ததெல்லாம் அது உண்மையிலேயே அங்கு இருந்ததா அல்லது அது அவனுடைய கற்பனையின் பிம்பம்தானா என்று (மற்றொரு கண்ணின் தோற்ற மயக்கமாக இருக்கலாம்) வியப்படைய முடிந்தது மட்டுமே. மேலே உள்ளவற்றில் அவன் முதலாவதைத் தேர்ந்தெடுத்ததற்குக் காரணம் அவனுடைய கற்பனையின் மேல் அவனுக்குப் பெரிய நம்பிக்கை இல்லை. அவனுடைய கடிதங்களுக்கு அவள் குறிப்பெடுக்கும்போது இசையைப் பயன்படுத்தி அவளைச் சாந்தப்படுத்த முயன்றான். ஆனால் அவள் நெகிழ்ந்துவிடவில்லை.

பயனர்ஸ் அயர்ஸ் விழித்துக்கொண்டே கனவு காண்பதற்கு எவரையும் (அவனையும்) அனுமதிப்பதில்லை. அவனுடைய பயம் வெறும் பிரமையில்லை என்பது கொஞ்சம் காலமாக அவனுக்கு சிகிச்சை அளித்து வரும் நமக்குத் தெரியும். நாம் அவனை விரும்புவதில்லை என்றபோதும் அவனுக்கு ஒரு வாய்ப்பு கொடுத்தாக வேண்டும். நாளடைவில் அவனால் அவனைக் காப்பாற்றிக்கொள்ள முடியாதா என்ன? அந்தக் கருஞ்சிறுத்தைதான் அவளைக் காப்பாற்றியது என்ற உண்மையை உங்களிடம் சொல்வற்கு அவள் பெரிதாக அஞ்ச வேண்டியதில்லை. ஆனால் மௌனமாகக் கண்காணிக்கும் தன்மை கொண்ட இந்த விதமான கருஞ்சிறுத்தைகள் (que non parla ma se fica) அரிதாகத்தான் ஒரு மனிதனுள் வசிப்பது வழக்கம். அவளுள் அஸ்கர்போபியா அல்லது அதன் பெயரையொத்த ஏதோ ஒருவித நோய் வளரத் தொடங்கியதற்குப் பிறகு அவள் பிரகாசமான இடங்களுக்கு மட்டுமே சென்றுவந்தாள். இதன் வழியாக எதற்கும் பிரயோஜனப்படாத அவளுடைய ரகசியத்தை யாரும் கண்டுபிடித்துவிட முடியாது அல்லவா? அவள் விழித்திருக்கும் சமயத்தில் அந்தச் சிறுத்தைக் கண்களை அகல திறந்துவைத்தபடி உறங்குவது வழக்கம். அவள் உறங்கும் சமயத்தில் அது விழித்திருக்கலாம். ஆனால் அதை உறுதிப்படுத்திக் கொள்வதற்கான சாத்தியம் குறைவு. அந்தச் சிறுத்தைக்கு உணவோ பரிவோ தேவையில்லை. வேறொன்றுமில்லை, இனி அந்தச் சிறுத்தையை 'பெப்பிடா' என்று அழைப்போம். அவளிடம் அவளுடைய அதிகாரி பரிவோடு நடக்கத் தொடங்கியபோது, இங்கு ஒன்றை நீங்கள் கவனிக்க வேண்டும், அவளுடைய கண்களை அவர் ஒருபோதும் பார்க்கவில்லை; அது, அவளும் அவளுடைய அதிகாரியும் பட்டப் பகலில் அலுவலகத்திலுள்ள விரிப்பின் மீது காதல் புரிவதில் முடிந்தது. அவர்களுடைய உறவு சுபிட்சமாகத் தொடர்ந்தது.

முடிவின் பல்வேறு சாத்தியங்கள்:

- வருடத்திற்கு ஒருமுறை பெப்பிடா பொறாமையால் கலக்கமுற்றது. அந்த அதிகாரி அவனால் முடிந்த மட்டும் அவளுக்கு உதவினான். இருந்தபோதும் அவள் ஒரு கண்ணோடுதான் வாழும்படி நேர்ந்தது.

- இறுதியில், கண்கள்தான் மனதின் சாளரம் அல்லது மனதுதான் கண்கள் வழியாக வெளிப்படுகிறது என்கிற

பழமொழிக்கு இணங்க அவள் அந்த அதிகாரியை ஜன்னல் வழியாகத் தள்ளிவிட்டாள்.

- பெப்பிடா கண்களிலிருந்து கல்லீரலுக்கு நகர்கிறது. ஈரலரிப்பு நோயால் அவள் மரிக்கிறாள்.

- அவளும் அவளுடைய அதிகாரியும் திருமணம் செய்து கொள்ளலாம் என்று முடிவெடுக்கிறார்கள். அவர்கள் பெறுகிற மின்கட்டணத் தொகையோ நம்ப முடியாத அளவிற்கு இருக்கிறது. ஏனெனில் அவர்களால் ஒருபோதும் இருட்டில் இருக்க முடிவதில்லை.

- பெப்பிடா அவனை வட்டமிடத் தொடங்குகிறது. உயிருக்கு உயிராக அவனை அவள் நேசிப்பதால், அந்த வனமிருகத்தை முன்னிட்டு, அவனை அவள் விட்டுச் செல்ல வேண்டியதாகிறது. அதுவும் அவளை நன்கு பயன்படுத்திக்கொள்கிறது.

- மேலே சொல்லப்பட்டதோடு, ஒரு கண் மருத்துவர் அவளுக்கு உதவுவதாக வாக்களிக்கிறார்.

- மேலும் ஒரு கால்நடை மருத்துவரைச் சந்திக்க வேண்டிய நிர்ப்பந்தம் அவளுக்கு எழுகிறது. பெப்பிடா நோய்வாய்ப் பட்டிருக்கிறது. அது இறந்துவிட்டால் அவளுடைய பார்வை பறிபோய்விடுவதற்கு வாய்ப்பிருக்கிறது என்று அவள் அஞ்சுகிறாள்.

- ஒவ்வொரு நாளும் அவள் கண்களை ஃலோர் - டி - லோடோவால் (Elor de loto) கழுவுகிறாள். பெப்பிடா புத்த மதத்திற்கு மனம் மாறியதோடு அகிம்சையைக் கடைப்பிடிப்பதால் அவள் மகிழ்ச்சியாக இருக்கிறாள்.

- பத்திரிகைகளின் வாயிலாக, கருஞ்சிறுத்தைகளை எதிர்த்துப் போராட அமெரிக்கா புதிய வழியொன்றைக் கண்டுபிடித்திருப்பதை அவள் அறிகிறாள். ஆர்வத்தோடு அதைப் பற்றித் தெரிந்து கொள்வதற்காக அமெரிக்கா செல்கிறாள். அங்கு சென்ற பிறகுதான் அது முற்றிலும் வேறொன்று என்பதை அவள் தெரிந்து கொள்கிறாள்.

●

ஜூலியோ ரோமன் ரிபியோரா

ஜூலியோ ரோமன் ரிபியோரா 1929-இல் பெருவில் பிறந்தார். வாழ்க்கையின் பெரும்பகுதியை பாரிஸில் கழித்தார். நாவல்கள், கட்டுரைகள், நாடகங்கள் எனப் பலவற்றைப் பிரசுரித்துள்ளபோதும் ஜூலியோ அடிப்படையில் ஒரு சிறுகதை ஆசிரியராகவே அறியப்படுகிறார். பாரிஸிலிருந்து பெருவுக்குத் திரும்பிய பிறகு 1994 ஆம் ஆண்டு அவர் மரணம் அடைந்தார். இங்கு பிரசுரமாகியுள்ள கதை கார்லோஸ் புயண்டஸூம் ஜூலியோ ஓரிடிகாவும் சேர்ந்து தொகுத்த லத்தீன் அமெரிக்கச் சிறுகதைகள் தொகுப்பிலிருந்து தேர்ந்தெடுக்கப்பட்டுள்ளது. இதை ஆங்கிலத்தில் மொழிபெயர்த்தவர் Nick Caistor.

அலமாரி, வயோதிகர் மற்றும் மரணம்

என் தந்தையின் அறையிலுள்ள அந்த அலமாரியை மற்றொரு மரச்சாமானாக எளிதில் கருதிவிட முடியாது. ஏனெனில் அது வீட்டினுள் இருக்கும் மற்றொரு வீடு. அவருடைய குடும்பத்தாரிடமிருந்து அதை அவர் மரபுரிமையாகப் பெற்றதால் அது எங்களைப் பின்தொடர்ந்து வந்தது. கடைசியாக, மிராஃபோர்ஸில் உள்ள அவரது படுக்கையறைக்கு அது வந்து சேருவதற்குள், ஒவ்வொரு நகர்த்தலின்போதும், அது பெரிதாக இருந்ததால் நாங்கள் மிகவும் சிரமப்பட வேண்டியதாயிற்று.

ஏறக்குறைய அறையின் பாதியை எடுத்துக் கொண்ட அந்த அலமாரி, எதார்த்தத்தில் கூரையைத் தொட்டுக்கொண்டு இருந்தது. எப்போதாவது என் தந்தை வெளியில் சென்றுவிட்டால், நானும் என் சகோதரர்களும் துணிச்சலாக அதனுள் புகுந்து கொள்வோம். அது உண்மையிலேயே ஒரு பரோக் காலத்து அரண்மனை போல் இருந்தது. சுற்றிவர, மிக நுணுக்கமாகச் செதுக்கப்பட்ட சிற்பங்களும், சித்திர வேலைப்பாடுகளும், அலங்காரத் தூண்களும், பட்டயங்களும் நிறைந்த அந்த அலமாரியைப் பத்தொன்பதாம் நூற்றாண்டைச் சேர்ந்த ஒரு கிறுக்கு பிடித்த தச்சன்தான் உருவாக்கி இருக்கிறான். அது மூன்று பகுதிகளாகப் பிரிக்கப்பட்டிருந்தது. ஒவ்வொன்றும் அது அதற்கேயுரிய தனித்தன்மையுடன் இருந்தது. இடதுகைப் பக்கம் இருந்த கதவு ஒரு வீட்டின் நுழைவாயிலைப் போல் கனமாக இருந்தது. அதனுடைய பூட்டில் தொங்கிக் கொண்டிருக்கும் பெரிய சாவிதான் எங்களுடைய விளையாட்டுப் பொருள். அடிக்கடி உருமாறிக்கொண்டேயிருக்கும் அந்தச் சாவி

துப்பாக்கியாகவோ, செங்கோலாகவோ அல்லது எங்களுடைய ஆயுதமாகவோ உருவெடுக்கும். என்னுடைய தந்தை அவருடைய சூட்டுகளை இந்தப் பகுதியில்தான் தொங்க விடுவார். அவர் ஒருபோதும் அணிந்திராத ஆங்கிலேயர்களுடைய கோட்டும் அங்குதான் தொங்கிக்கொண்டிருக்கும். அதுதான் எங்களுடைய பிரபஞ்சத்திற்கான முக்கிய நுழைவாயில். அங்கு தேவதாருவும் அந்துருண்டையும் வாசம் வீசும். அந்த மையப் பகுதியைத்தான் நாங்கள் மிகவும் விரும்பினோம், ஏனென்றால் அது எல்லா வித்தியாசமான விஷயங்களையும் தன்னுள் கொண்டிருந்தது. அதன் அடித்தளத்தில் நான்கு பெரிய இழுப்பறைகள் இருந்தன. எங்கள் தந்தை இறந்தபோது, ஒவ்வொருவரும் மரபுரிமையாக ஒவ்வொன்றைப் பெற்றோம். அதன் மேலுள்ள எங்கள் உரிமையை மிகுந்த பொறாமையோடு நாங்கள் நிலைநாட்டிக்கொண்டோம். எவ்வாறு எனில், முழு அலமாரியின்மீதும் எங்கள் தந்தை அவருடைய உரிமையை நிலை நாட்டியதைப் போல். அந்த இழுப்பறைகளுக்கு மேல் ஒரு மாடம் இருந்தது. அதில் அவருடைய விருப்பத்திற்குரிய முப்பதுக்கும் மேற்பட்ட புத்தகங்கள் வைக்கப்பட்டிருந்தன. மாடத்தின் மத்தியில் இருந்த முகட்டில் ஒரு நாற்கோணக்கதவு எப்பொழுதும் பூட்டியே கிடந்தது. அதில் என்ன இருக்கிறது என்று நாங்கள் தெரிந்துகொள்ளவில்லை: ஒருவேளை அவை குழந்தைப் பருவத்திலிருந்து மற்றொரு பருவத்திற்கு நம்மை இழுத்துச் செல்லும் புகைப்படங்களாகவோ காகிதங்களாகவோ இருக்கலாம். அவற்றை அழியவிடக் கூடாது என்று நாங்கள் பாதுகாக்க முயற்சித்ததற்குக் காரணம் வாழ்க்கையின் ஒரு பகுதியை இழந்துவிடக்கூடாது என்பதே. ஆனால் உண்மையில் நாங்கள் அதை ஏற்கெனவே இழந்துவிட்டிருந்தோம். இறுதியாக, வலதுகை பக்கம் இருந்த மற்றொரு கதவில் ஒரு கண்ணாடி சாய்வாகப் பதிக்கப்பட்டிருந்தது. அதனுடைய அடித்தளத்தில் உள்ளாடைகளும் சட்டைகளும் வைப்பதற்கு ஏற்ப வசதியாக இழுப்பறைகள் இருந்தன. அதற்கு மேலே இருந்த திறந்த வெளியில் ஒரு மனிதன் நேராக நிற்கும் அளவிற்கு இடம் இருந்தது.

புத்தக மாடத்திற்குப் பின்னால், மேல் தளத்தில் இருந்த பாதை ஒன்று இடதுபுறத்தையும் வலதுபுறத்தையும் பிரித்தபடி ஓடியது. இதனால் அலமாரிக்குள் சென்று மறைந்து விளையாடுவது; கனமான மரக்கதவின் வழியாக உள் நுழைவதும், ஓரிரு விநாடிகளுக்குப் பின் கண்ணாடி பதிக்கப்பட்ட கதவு

வழியாக வெளியேறுவதும் எங்களுடைய விருப்பத்துக்குரிய விளையாட்டுகளில் ஒன்றாக இருந்தது. மேல் தளத்திலிருந்த பாதைதான் கண்ணாமூச்சி விளையாடுவதற்குரிய சிறந்த இடம். எப்போதெல்லாம் நாங்கள் அங்கு ஒளிந்து கொள்கிறோமோ அப்போதெல்லாம் எங்களுடைய நண்பர்களால் எங்களைக் கண்டுபிடிக்க முடிந்ததில்லை. நாங்கள் அலமாரிக்குள்தான் இருக்கிறோம் என்று எங்கள் நண்பர்களுக்குத் தெரிந்தாலும், நாங்கள் அதனுள் தொற்றி ஏறி, அதன் நடுப்பகுதியில், சவப்பெட்டியில் கிடப்பது போல் கைகால்களை நீட்டி படுத்துக் கிடப்பதை அவர்களால் ஒருபோதும் கற்பனை செய்ய முடியாது.

அலமாரியின் வலதுபுறத்திற்கு நேர் எதிரில் என் தந்தையின் படுக்கை போடப்பட்டிருந்தது. அதன் காரணம் நாளிதழ் வாசிப்பதற்காகத் தலையணையை முட்டுக் கொடுக்கும் போதெல்லாம் அவர் கண்ணாடியில் தன்னைப் பார்த்துக் கொள்வார். அவர் தன்னைப் பார்த்துக் கொள்வதோடு மட்டுமல்லாமல் அவருக்கு முன் அந்தக் கண்ணாடியில் பார்த்துக்கொண்ட பலரையும் அவரால் பார்க்க முடியும். அவர் சொல்வார்: "இங்குதான் டான் ஜுவான் ஆண்டனியோரிபிரோ ஈ எஸ்டாடா மந்திரிசபைக் கூட்டத்திற்குக் கிளம்பும் முன் அவருடைய டையைச் சரிசெய்து கொண்டார்" அல்லது "இங்குதான் டான் ராமோன் பிரா ஈ அல்வரஸ் டெல் வில்லார் சான் மார்கோஸ் பல்கலைக்கழகத்தில் வகுப்பு எடுப்பதற்காகக் கிளம்பும்போது கண்ணாடியில் தன்னைப் பார்த்துக்கொள்வார்" அல்லது "என் தந்தையான டான் ஜூலியா ரிபிரோ ஈ பெனிடிஸ் தேவசபையில் சொற்பொழிவு நிகழ்த்துவதற்காகக் கிளம்பும்போது கண்ணாடியில் தன்னைப் பார்த்துக் கொள்வதை நான் எத்தனை தடவை பார்த்திருக்கிறேன்." அவருடைய முன்னோர்கள் யாவரும் அந்தக் கண்ணாடிக்குள் புதைந்திருந்தார்கள். அவரால் அவர்களைப் பார்க்க முடிந்ததோடு ஒரு மாய வெளியில், ஏதோ ஒரு அற்புதத்தின் மூலம் அவருடைய முன்னோர்களின் பிம்பத்தின் மேல் அவருடைய பிம்பம் விழுந்ததையும் பார்க்க முடிந்தது. யாவரும் ஒருமுறை மட்டும் ஒரே காலத்தைப் பகிர்ந்து கொண்டனர். அந்தக் கண்ணாடிக்கு நன்றி, அதன் வழியாக என் தந்தை இறந்தவர்களின் உலகத்திற்குள் நுழைந்து விட்டார். அதே சமயம், அவருடைய முன்னோர்களை இவ்வுலகத்திற்கும் அழைத்து வந்துவிட்டார்.

நுட்பமான வகையில் கோடை தன்னை வெளிப்படுத்திக் கொண்டிருப்பதைக் கண்டு நாங்கள் வியந்தோம். முடிவற்ற அதன் அழகிய நாட்கள், மகிழ்ச்சியையும் விளையாட்டையும், சந்தோஷத்தையும் நமக்கு வழங்குகிறது. இது, கல்யாணத்திற்குப் பிறகு குடிப்பது, புகை பிடிப்பது, நண்பர்களைச் சந்திப்பது போன்றவற்றைத் தவிர்த்து வந்த என் தந்தையின் மனதைக் கரைத்துவிட்டது. அந்தச் சிறிய பழத்தோட்டத்திலுள்ள மரங்கள் அபரிமிதமாகப் பழங்களை விளைவித்ததைக் கண்டபோது மகிழ்வுற்ற என் தந்தை, தான் உருப்படியான ஒரு ஜோடி பீங்கான் குவளைகளை வாங்க வேண்டும் என்பதை உணர்ந்தார். மேலும், அவருடைய பழைய நண்பர்களை வீட்டிற்கு அழைத்து விருந்து வைக்க வேண்டும் என்றும் முடிவெடுத்தார்.

அவர்களில் முதலாமவர் ஆல்பர்தோ ரிக்கெட்ஸ். அவர் என் தந்தையைத் துல்லியமாகப் பிரதியெடுத்தது போல் தோற்றமளிப்பவர். ஆனால் கொஞ்சம் குள்ளம். ஒருவிதத்தில் நகலைச் சீர் செய்வதில் இயற்கைக்கு ஏதேனும் பிரச்னை இருந்திருக்கலாம். இருவரும் வெளுத்த சரீரம் உடையவர்கள். ஒல்லியும் கூட. அவர்களுடைய நடை உடை பாவனைகள் மட்டுமல்லாமல் அவர்களுடைய வாக்கியத் திருகல்கள்கூட ஒன்றுபோல் இருக்கும். இதற்கெல்லாம் காரணம் இருவரும் ஒரே பள்ளியில் பயின்றது, ஒரே புத்தகத்தை வாசித்தது, ஒரே விதத்தில் தூக்கமில்லாத இரவுகளைக் கழித்தது மற்றும் ஒரே விதமான நீண்ட பிரயாசை தரக்கூடிய நோயை அனுபவித்தது. இருவரும் பத்து பன்னிரெண்டு வருடங்களாக ஒருவரை ஒருவர் பார்த்துக் கொள்ளவில்லை. அதிர்ஷ்டவசமாக, ரிக்கெட்ஸ்க்கு ஒரு பார்மஸியில் வேலை கிடைத்தது. இருபத்தி நான்கு மணி நேரத்தையும் அங்கு கழித்ததால் இன்று அது அவருக்குச் சொந்தம். என் தந்தையோ ஒருவழியாகச் சமாளித்து மிராஃபேலோர்ஸில் வீடு வாங்கினார்.

அந்தப் பத்து பன்னிரெண்டு வருடங்களில்தான், ரிக்கெட்சும் குறிப்பிடும்படியான நிலையை அடைந்தார். ஒரு குழந்தை பிறந்திருந்தது. அதுதான் ஆல்பர்தோ ஜூனியர். முதல் முறையாக எங்கள் வீட்டிற்கு வந்தபோது அவனையும் அழைத்து வந்திருந்தார். நண்பர்களுடைய குழந்தைகள் உண்மையான நண்பர்களாவது அரிதாகத்தான் நிகழ்கிறது. முதலில், ஆல்பர்தோமீது எங்களுக்குச் சந்தேகம் இருந்தது. ஒல்லியான,

பண்பாடில்லாத மடையன் என்றுதான் அவனைப் பற்றி எங்களுக்கு அபிப்பிராயம் இருந்தது. எங்களுடைய தந்தையார் அவருடைய பழத்தோட்டத்திலுள்ள ஆரஞ்சு மரத்தை, ஆப்பிள் மரத்தை, திராட்சைத் தோட்டத்தை, அவருடைய நண்பரான ஆல்பர்தோவிற்குச் சுற்றிக் காட்டிக்கொண்டிருந்தபோது அவருடைய பிள்ளையை எங்களோடு விளையாட எங்கள் அறைக்கு அழைத்துச் சென்றோம். ஆல்பர்தோ ஜூனியருக்குத் தம்பியோ தங்கையோ கிடையாது என்பதால் நாங்கள் கண்டுபிடித்திருந்த விளையாட்டுகளை அவன் அறிந்திருக்கவில்லை. அவனால் ஒரு நல்ல சிவப்பிந்தியனாக நடிக்க முடியவில்லை. இதிலும் மோசமான விஷயம் என்னவென்றால் செரிஃபின் புல்லட்டுகளை எப்படித் தாங்கிக்கொள்ள வேண்டும் என்றுகூட அவனுக்குத் தெரியவில்லை. எங்களில் ஒருவருக்குக்கூட அவன் செத்து விழுந்த விதம் திருப்தி அளிக்கவில்லை. மேலும், ஒரு டென்னிஸ் ராக்கெட்டானது மிஷின் கன்னாக மாற முடியும் என்பதை அவனால் புரிந்துகொள்ள முடியவில்லை. நாங்கள் சட்டென்று முடிவெடுத்தோம். அலமாரிக்குள் வைத்து விளையாடும் எங்களுடைய விருப்பத்துக்குரிய விளையாட்டை அவனோடு ஆடுவது சரியாக இராது என்பதால், மீண்டும் மீண்டும் ஆடக்கூடிய எளிய பொழுதுபோக்கான அவர் அவருக்குரிய விளையாட்டுக் கருவிகளுக்குத் திரும்பி, பொம்மை கார்களைத் தரையில் உருட்டித் தள்ளுவதும், மரக்கட்டைகளைக் கொண்டு உருவாக்கின மாளிகைகளைத் தள்ளி விடுவதும் போன்ற விளையாட்டுகளில் கவனத்தைத் திருப்பினோம்.

மதிய உணவிற்கான அழைப்பு வரும்போது, நாங்கள் விளையாடிக் கொண்டிருந்தோம். சாளரம் வழியாக, தோட்டத்தில் சுற்றிக்கொண்டிருந்த எங்களுடைய தந்தையாரையும் அவருடைய நண்பரையும் பார்க்க முடிந்தது. தோட்டத்திலுள்ள செடி கொடிகளையும், மங்கோலிய, ஜெரேனிய, டாலியப் பூக்களையும் பார்ப்பதற்கு அதுதான் உகந்த சமயம். சில வருடங்களுக்கு முன்புதான், தோட்டக் கலையில் ஈடுபடுவதால் கிடைக்கும் மகிழ்ச்சியையும், பேருண்மை என்பது சூரியகாந்தியின் உருவத்தில் அல்லது ஒரு பூ மலர்வதில் மறைந்து கிடப்பதையும் என் தந்தையார் கண்டுபிடித்திருந்தார். அதனால்தான், அவருடைய விடுமுறை நாட்களை அவர் முன்பு கழித்தது போல் அல்லாமல் சோர்வூட்டக்கூடிய புத்தகங்களை வாசித்துவிட்டு

வாழ்க்கையின் அர்த்தம் பற்றி யோசித்தபடி இருப்பதற்குப் பதிலாக எளிய வேலைகளான செடிகளுக்கு நீரூற்றுவது, களை எடுப்பது, தேவையற்றவைகளை வெட்டி அகற்றுவது போன்ற வேலைகளில் தன்னை ஈடுபடுத்திக் கொண்டார். அதில் அவருக்கு ஆத்மார்த்தமான திருப்தி இருந்தது. புத்தகங்கள் மீதான அவருடைய காதல் முழுவதும் செடி கொடிகளிடம் திரும்பியது. வால்டேருடைய கதாபாத்திரத்தைப் போல் ஒரு தோட்டத்தை உருவாக்குவதில்தான் அவருக்கும் முழு விருப்பம் இருந்தது.

"என்றாவது ஒருநாள் டார்மாவில் நான் கொஞ்சம் நிலம் வாங்குவேன். ஆனால் அது இதைப் போல் சிறிய மனையாக இருக்காது. உண்மையான பண்ணையாக இருக்கும். அப்புறம் பார்! ஆல்பர்தோ, நான் யார் என்று நீ தெரிந்துகொள்வாய்." எங்கள் தந்தையாருடைய பேச்சை நாங்கள் கேட்டோம்.

"டியர் பெரிகோ, டார்மாவிற்குப் பதில் சாகிளாகியோ எப்படி?" அவருடைய நண்பர் அங்கு கட்டிக்கொண்டிருக்கும் ஆடம்பர வீட்டைப் பற்றி குறிப்பிட்டார். "சீதோஷ்ணம் நன்றாகத்தான் இருக்கிறது. ஆனால் அது லிமாவிலிருந்து நாற்பது கிலோமீட்டர் தொலைவில் உள்ளதே."

"ஆம். ஆனால் என் பாட்டனார் வாழ்ந்தது டார்மாவில் தானெயொழிய சாகிளாகியோவில் அல்ல."

மறுபடியும் அவர் அவருடைய முன்னோர்களோடு சேர்ந்துகொண்டார்! அவருடைய பால்ய சினேகிதர்கள் அவரை பெரிகோ என்று அழைப்பார்கள்.

ஆல்பர்தோ ஜூனியர் அவனுடைய காரைப் படுக்கைக்கடியில் செலுத்தினான். அதைத் திரும்ப எடுக்க ஊர்ந்தபோது, ஒரு வெற்றிக் கூச்சலை நாங்கள் கேட்டோம். ஒரு கால்பந்தை அவன் அங்கு கண்டுபிடித்திருந்தான். அவனைச் சந்தோஷப்படுத்துவதற்கு நாங்கள் மிகவும் சிரமப்பட்டுக் கொண்டிருந்தபோது அவனுக்கு ஒரு ரகசிய ஆசை இருந்ததைக் கண்டுபிடித்தோம். அழுக்கடைந்த அந்த கால்பந்தை உதைப்பதுதான் அது.

பந்தை அவன் ஏறக்குறைய கைப்பற்றியதோடு அல்லாமல் அதை உதைக்கவும் முற்பட்டபோது நாங்கள் அவனைத் தடுத்தோம். எங்கள் அறையில் விளையாடுவதைப் போன்ற

முட்டாள்தனம் வேறொன்றுமில்லை. தோட்டத்திலோ விளையாடத் தடை விதிக்கப்பட்டிருந்தது. தெருவிற்குச் செல்வதைத் தவிர வேறு வழியோன்றும் எங்களுக்குப் புலப்படவில்லை.

அந்தத் தெருவில் நாடகத்தனமான ஆட்டங்கள் பல நிகழ்ந்திருக்கின்றன. பல வருடங்களுக்கு முன், கோமொஸ் சகோதரர்களுக்கு எதிராக நாங்கள் விளையாடியபோது, ஆட்டம் நான்கு ஐந்து மணி நேரமாக முடிவடையாமல் சுற்றிலும் இருள் சூழ்ந்துவிட்ட பிறகும்கூட நீடித்தது. அப்போது எங்களால் கோல் போஸ்டையோ அல்லது எங்களது எதிரணியினரையோ பார்க்க முடியவில்லை. ஆட்டம் ஒரு விசேஷப் போராட்டமாக மாறிற்று. மூர்க்கமான அந்தக் குருட்டு யுத்தத்தில் எல்லாவிதத் திருட்டுத்தனங்களும் ஏமாற்று வேலைகளும் நடந்தேறின. குழந்தைத்தனமான எங்களது போட்டியில் காணக் கிடைக்கும் லட்சியத்தையோ, விரோதத்தையோ, பெருமையையோ தேர்ந்த விளையாட்டுக் குழுக்களில்கூடப் பார்க்கமுடியாது. அதனால்தான் கோமொஸ் சகோதரர்களின் குடும்பம் ஊரை விட்டு நகர்ந்தபோது நாங்கள் ஆட்டத்தைக் கைவிட்டோம். அந்தக் காவிய சண்டைகளுக்கு நிகராக எதையும் சொல்ல முடியாது. அதனாலேயே கால்பந்தைப் படுக்கைக்கடியில் மறைத்து வைத்தோம், ஆல்பர்தோ ஜூனியர் சென்று அதைக் கண்டுபிடிக்கும் மட்டும். இந்தக் கால்பந்தைத்தான் அவன் விரும்புகிறான் என்றால் அதை அவன் விரும்பும் மட்டும், அவனுக்குக் கொடுக்க நாங்கள் தயாராக இருக்கிறோம்.

வீட்டுச் சுவரை கோல் போஸ்டாக நாங்கள் கற்பனை செய்து கொண்டதால் பந்து, சுவரில் பட்டுத் திரும்பியது. ஆல்பர்தோ ஜூனியரை நிற்க வைத்து ஒரு கோல் அடித்தோம். மிகவும் துணிச்சலாக எங்களுடைய முயற்சியைத் தடுத்தான். அதன் பிறகு சுழன்று சுழன்று நாங்கள் அவனைத் தாக்கத் தொடங்கினோம். விளைவு, அவன் தோற்கடிக்கப்பட்டான். கைகால்களைப் பரப்பியபடி அவன் தரையில் விழுந்து கிடந்ததைப் பார்க்க முடிந்தபோது எங்களுக்குச் சந்தோஷமாக இருந்தது.

பிறகு அவனுடைய முறை வந்தது. கோலில் நான் நின்றேன். பார்ப்பதற்கு நோஞ்சான் போல் இருந்தாலும் அவனுக்குக் கழுதையின் பலம் இருந்தது. அவனுடைய முதல் உதையை

நான் தடுத்த பிறகு என் உள்ளங்கை கடுத்துக்கொண்டே இருந்தது. அவனுடைய இரண்டாவது உதை மிகச் சரியான கோல். ஆனால் மூன்றாவதுதான் அழகு: பந்து என் கைகளினூடாகச் சுவரைக் கடந்தபடி பாய்ந்து, படர்ந்து கொண்டிருந்த ஜாஸ்மின் கொடியை ஊடறுத்துக்கொண்டு, சைப்ரஸ் வேலியைக் கடந்து, அகாசிய மரத்தில் பட்டுத் தெறித்து வீட்டினுள் சென்று மறைந்தது.

நாங்கள் பணிப்பெண்ணுக்காக நடைபாதையில் காத்திருந்தோம். இப்படி நிகழும்போதெல்லாம் பந்தை எடுத்துத் தருவது அவளுடைய வழக்கம். ஆனால் யாரும் வெளிப்படவில்லை. சரி, பந்து என்னவாயிற்று பார்ப்போம் என்று எழுந்தபோது, வீட்டின் பின்புறக் கதவைத் திறந்து கொண்டு கையில் பந்தோடு என் தந்தையார் வெளிப்பட்டார். வழக்கத்தைக் காட்டிலும் வெளிறியிருந்தது அவரது தோற்றம். எங்களோடு ஒரு வார்த்தைகூடப் பகிர்ந்து கொள்ளாமல் தெருமுனையை நோக்கி நடந்தார். சீழ்க்கையடித்தபடி அவரை நோக்கி வந்துகொண்டிருந்த ஒரு கூலித் தொழிலாளியை நெருங்கினார். அவனை அடைந்தபோது, பந்தை அவன் கையில் ஒப்படைத்துவிட்டு நாங்கள் இருந்த திசைப்பக்கம் திரும்பிக்கூடப் பார்க்காமல் வீட்டிற்குத் திரும்பினார். பந்து தனக்குத்தான் தரப்பட்டிருக்கிறது என்பதைப் புரிந்துகொள்ள அந்த கூலித் தொழிலாளிக்கு ஒரு நிமிடம் பிடித்தது. உணர்ந்த போது சட்டென்று ஓட்டம் பிடித்தான். அவனைப் பிடிக்க ஒருபோதும் எங்களால் முடியாது என்று தெரிந்தது.

என்னுடைய தாயார், மதிய உணவிற்கு எங்களை அழைப்பதற்காகக் கதவருகில் காத்திருந்தார். அவர் கலங்கியிருந்ததைப் பார்த்தபோது ஏதோ அசம்பாவிதம் நிகழ்ந்திருக்கிறது என்று நாங்கள் புரிந்து கொண்டோம். வீட்டிற்குள் வரும்படி கை நீட்டி அழைத்தார். அவருடைய செய்கையில் ஒரு இறுக்கம் இருந்தது. அவரைக் கடந்தபோது, "நீங்கள் இதை எப்படிச் செய்யலாம்" என்று அவர் முணுமுணுத்ததை நாங்கள் கேட்டோம்.

இதற்குப் பிறகுதான் என் தந்தையின் அறையில் உள்ள ஜன்னலில் ஒன்று கம்பிகள் இல்லாதது திறந்து இருந்திருக்குமோ என்று சந்தேகப்பட்டோம். என்ன நடந்திருக்கும் என்று ஊகிக்க முயன்றோம்; வாழ்க்கை முழுவதும் முயற்சித்தால் கூட ஆல்பர்தோ ஜூனியராலோ அல்லது பிறராலோ

ஒருபோதும் திரும்ப நிகழ்த்த முடியாத அந்தப் பிரமாதமான உதை நம்பவியலாத கோணத்தில் மரத்தையும் வேலியையும் சுவரையும் கடந்து அலமாரியில் இருந்த கண்ணாடியின் மையத்தைச் சென்று தாக்கியது.

மதிய உணவு ஒரு துக்ககரமான நிகழ்வாயிற்று. என் தந்தையால் அவருடைய விருந்தாளியின் முன் எங்களைக் கடிந்துகொள்ள முடியவில்லை. மௌனமாகக் கோபத்தை விழுங்கினார். யாருக்கும் அந்த அமைதியை உடைக்கும் தைரியம் இல்லை. சாப்பாட்டிற்குப் பிறகு இனிப்பு எடுத்துக்கொள்ளும் போது அவருடைய இறுக்கம் சற்றுத் தளர, ஓரிரு கதைகள் பகிர்ந்து கொண்டார். அது எல்லோரையும் சந்தோஷத்தில் ஆழ்த்திற்று. ஆல்பர்தோ கடைசி வார்த்தையைச் சொல்ல விருந்து, சிரிப்பில் முடிந்தது. ஆனால் இவையெல்லாம் விருந்தோ, அழைப்போ, நண்பர்களோடு மீண்டும் சேர வேண்டும் என்ற என் தந்தையின் நல்ல நோக்கமோ (பின்னொருபோதும் அது நிகழவில்லை) பெருந்தோல்வியில்தான் முடிந்தது என்ற மோசமான மனப்பதிவை அழிக்க உதவவில்லை.

எங்களுக்கு இருந்த பயத்தில் ரிக்கெட்ஸ் விரைவாக விடை பெற்றுக் கொண்டபோது, இந்த வாய்ப்பைப் பயன்படுத்தி எங்களுடைய தந்தை எங்களைத் தண்டிப்பாரோ என்று பயந்தோம். ஆனால் விருந்து அவரைச் சோர்வடையச் செய்திருந்தது. எங்களிடம் ஒரு வார்த்தைகூடப் பகிர்ந்து கொள்ளாமல் மதிய தூக்கத்தைத் தொடரச் சென்றார்.

அவர் விழித்து எழுந்தபோது, அவருடைய அறையில் நாங்கள் கூடினோம். தலையணையில் முதுகைச் சாய்ந்திருந்த அவர் அமைதியோடும் புத்துணர்ச்சியோடும் காணப்பட்டார். பிற்பகல் வெளிச்சம் அறையில் விழுவதற்கு வசதியாக ஜன்னலை அகலத் திறந்து வைத்தார்.

அலமாரியைச் சுட்டிக்காட்டி “பாருங்கள்” என்றார்.

அது ஒரு பரிதாபகரமான காட்சி. கண்ணாடியை இழந்த பிறகு, அலமாரியின் உயிர்ப்புப் போய்விட்டிருந்தது. கண்ணாடி எங்கிருந்ததோ அங்கு சதுரவடிவில் வெறும் பலகை வெளிப்பட்டது. அந்த இடைவெளி எதையும் பிரதிபலிக்கவில்லை. எதையும் சொல்லவில்லை. மினுமினுத்துக் கொண்டிருந்த ஏரியின் தண்ணீர் திடீரென்று ஆவியாகி விட்டது போல் இருந்தது.

"இந்தக் கண்ணாடியில்தான் என் முன்னோர்கள் அவர்களைப் பார்த்துக் கொண்டார்கள்." என் தந்தை பெருமூச்சு விட்டபடி எங்களை நிராகரித்தார்.

அதற்குப் பிறகு, அவர் ஒருபோதும் தனது முன்னோர்களைப் பற்றிப் பேசி நாங்கள் கேட்கவில்லை. கண்ணாடி தன்னுடன் அவருடைய முன்னோர்களையும் மறையச் செய்துவிட்டது. பிறகு என் தந்தையை அவருடைய கடந்தகாலம் அலைக்கழிக்கவில்லை. மாறாக, அவரும் மிகுந்த ஆர்வத்தோடு எதிர்காலத்தை உற்றுக் கவனிக்கத் தொடங்கினார். ஒருவேளை அதற்குக் காரணம், தான் இனி, அதிக நாட்கள் வாழப்போவதில்லை என்பதையும், பரலோக வாழ்க்கையில் (அதில் அவருக்கு நம்பிக்கை கிடையாது) அவருடைய முன்னோர்களோடு இணைவதற்குக் கண்ணாடி தேவையில்லை என்பதையும் அவர் அறிந்திருக்கலாம். ஆனால் புத்தகங்களும் மலர்களும் கவர்ந்திழுக்கும் அந்தப் பழைய வாழ்க்கைக்கு இணையான இப்புதிய உலகின் வெறுமையும் ஒருவேளை கவரக்கூடும்.

●

ஃபிலிஸ்பெர்டோ ஹெர்னாண்டெஸ்

உருகுவேயைச் சேர்ந்த ஃபிலிஸ்பெர்டோ ஹெர்னாண்டெஸ் லத்தீன் அமெரிக்க எழுத்தாளர்களில் தனித்துவமானவர். மார்க்வெஸ், கொர்த்தஸார் போன்ற படைப்பாளிகளுக்கு முந்தைய தலைமுறையைச் சார்ந்தவர். இவருடைய கதைகள் அன்றாட வாழ்வில் மறைந்திருக்கும் மர்மத்தையும், அபத்தத்தையும், மனப்பிறழ்வையும் கரிசனத்துடன் ஆராய்பவை. இவருடைய கதைகளைப் போலவே இவருடைய வாழ்வும் மிகுந்த சோகத்துக்குரியது, கடுமையான வறுமையை எதிர்கொண்டவர். ஜீவனத்தின் பொருட்டு பல்வேறு வேலைகளைப் பார்த்தவர். மௌனப் படங்களுக்கு பியானோ வாசித்திருக்கிறார். 'ஃபிலிஸ் பெர்டோ'வின் கதைகளை நான் வாசித்திருக்கவில்லை என்றால், அன்றாட வாழ்வின் மர்மங்களைப் பற்றி இவ்வளவு துல்லியமாக என்னால் கதைகளை எழுதியிருக்க முடியாது' என்கிறார் கேப்ரியேல் கார்ஸியா மார்க்வெஸ்... "ஃபிலிஸ் பெர்டோ நான் உன்னை எப்போதும் காதலிப்பேன்" என்கிற கொர்த்தஸாரின் வாக்கியம் லத்தீன் அமெரிக்காவில் பிரசித்தம். "பியானோ கதைகள்" என்பது இவருடைய சிறுகதைத் தொகுதியின் பெயர். சிறுகதைகளோடு ஓரிரு நாவல்களும் எழுதியிருக்கிறார். மேற்படி சிறுகதை கார்லோஸ் புயண்டஸும் ஜூலியோ ஆர்டிகாவும் தொகுத்த The Vintage Book of Latin American Stories என்கிற புத்தகத்திலிருந்து தேர்ந்தெடுக்கப்பட்டுள்ளது. இதை ஆங்கிலத்தில் மொழிபெயர்த்தவர் Luis Harss.

பால்கனி

இந்த நகரத்திற்குக் கோடையில் வந்து போகவே நான் விரும்பினேன். வருடத்தின் அச்சமயம் கோடை வாசஸ்தலங்களுக்கு எல்லோரும் நகர்ந்துவிட்டிருந்தபோது ஒரு சில அண்டை வீட்டுக்காரர்கள் மட்டும் வீட்டைக் காலி செய்து கொண்டிருந்தார்கள். அப்படிக் காலி செய்யப்பட்ட வீடுகளில் ஒன்று மிகப் பழமையானது; இப்போது அது ஓர் உணவுவிடுதியாக மாறிவிட்டது; கோடை வந்தபோது அது பரிதாபமாகக் காட்சியளித்தது. பணியாட்கள் மட்டும் மிஞ்சியபோது அதன் சிறந்த குடித்தனக்காரர்களையும் அது இழக்கத் தொடங்கியது. அந்த வீட்டின் பின்னால் மறைந்து நின்றுகொண்டு ஒரு கூக்குரல் எழுப்பினால்கூட அதன்மீது படிந்திருக்கும் தூசி அந்தச் சத்தத்தை விழுங்கிவிடும்.

நான் இசை நிகழ்ச்சி நடத்திக்கொண்டிருந்த அரங்குகூட பாதி காலியாக இருந்ததோடு நிசப்தத்தால் ஆக்கிரமிக்கப்பட்டுமிருந்தது. பெரிய கருப்பு நிற பியானோவின் மீது அந்த நிசப்தம் வளர்வதை என்னால் பார்க்க முடிந்தது. என் இசையைக் கேட்க விரும்பியதோடு அதை மெதுவாக உள்வாங்கிக் கொண்டு, ஓர் அபிப்பிராயத்தை உருவாக்கிக் கொள்வதற்காக அதைப் பற்றி யோசித்தது. ஆனால் சுவாதீனமாகச் சொந்த வீட்டில் இருப்பது போல் அது தன்னை உணரும்போது இசையில் அதுவும் பங்கு எடுத்துக்கொள்ளும். பிறகு பெரிய கருப்பு நிற வால் கொண்ட ஒரு பூனையைப் போல் என் ஸ்வரக் குறிப்புகளுக்கிடையில் நழுவி நிறைய அர்த்தங்களை விட்டுச் செல்லும்.

அப்படி ஓர் இசைநிகழ்ச்சிக்குப் பிறகுதான் ஒரு வயோதிகர் என்னை நோக்கி வந்து என் கையைப் பிடித்துக் குலுக்கினார். அவருடைய நீல விழிகளுக்குக் கீழிருந்த கன்னக்கதுப்புகள் சோர்ந்து வீக்கம் கண்டிருந்தன. அவருடைய கீழ் உதடு எங்கள் திரையரங்கப் பெட்டியின் விளிம்பைப் போல் உப்பியிருந்தது. சன்னமான குரலில் மெதுவாக அவர் வாய் திறந்து பேசியபோது ஒவ்வொரு வார்த்தைக்கு முன்னும் பின்னும் மூச்சிரைத்தது.

கொஞ்ச நேர இடைவெளிக்குப் பின் அவர் சொன்னார்: "உங்கள் இசையை என் மகளால் கேட்க இயலாது. மன்னித்துக்கொள்ளுங்கள்."

திடீரென்று அவருடைய மகளைப் பார்வையற்றவளாக நான் ஏன் கற்பனை செய்து கொண்டேன் என்று எனக்குப் புரியவில்லை. அதே சமயம் என் இசையைக் கேட்பதற்கு அது ஒரு தடையாக இருக்க வாய்ப்பில்லை என்பதையும் நான் உடனே புரிந்து கொண்டேன். அவளை ஏறக்குறைய செவிடாகவோ அல்லது நகரத்திற்கு வெளியே வசிப்பவர் ளாகவோ கற்பனை செய்தபோது திடீரென்று அவள் இறந்து போயிருக்கலாம் என்ற எண்ணத்திற்கு அது என்னை இட்டுச் சென்றது. எனினும் அந்த இரவு எனக்குச் சந்தோஷமாகத்தான் கழிந்தது; நகரத்திலிருந்த எல்லாம் அந்த வயோதிகரைப் போல் அமைதியாகவும் நிதானமாகவும் காட்சியளிக்க, நான் இலைகளின் நிழலும் வெளிச்சப் புள்ளிகளின் பிரதிபலிப்பும் நிறைந்த சாலையினுடாக நடந்து திரும்பினேன்.

சட்டென்று அவரை நோக்கிக் குனிந்து, ஒரு பூஞ்சையான குற்றச்சாட்டைச் சுமத்துவது போல் அந்தக் கேள்வியைக் கேட்டேன். "உங்களுடைய மகளால் இங்கு வரமுடியாதா?"

ஆச்சரியத்தால் திணறிய வயோதிகர் குனிந்து என் முகத்தில் எதையோ தேடினார். இறுதியில் சமாளித்துக் கொண்டு சொன்னார்: "ஆம். அதேதான். நீங்கள் புரிந்து கொண்டுவிட்டீர்கள். அவளால் வெளியே போக முடியாது. மறுநாள் வெளியே போக வேண்டும் என்ற நினைப்பே அவளைச் சமயங்களில் தூங்கவிடாது. ஆர்வத்தோடு அதிகாலையில் எழுந்து தயார் ஆவாள். ஆனால் கொஞ்ச நேரத்திற்குப் பிறகு எல்லாவற்றையும் களைந்து இருக்கையில் சரிந்து விழுவாள். அவளால் முடியாது."

இசைநிகழ்ச்சி முடிந்து வெளியேறிக்கொண்டிருந்த மக்கள் சுற்றிலுமிருந்த தெருக்களுக்குள் நுழைந்து மறைந்தார்கள். நாங்கள் அரங்கினில் இருந்த சிற்றுண்டிச்சாலையில் நுழைந்தோம். விடுதிப் பணியாளைப் பார்த்து அவர் சைகை செய்தார். ஒரு சிறிய கண்ணாடிக் குவளையில் கருநிறத் திரவம் ஒன்றை அவன் கொண்டுவந்தான். வேறொரு இடத்தில் நடைபெற உள்ள விருந்தில் நான் எதிர்பார்க்கப்பட்டிருக்கிறேன் என்பதால், ஓரிரு நிமிடங்கள் மட்டுமே அவரோடு நான் செலவிட முடிந்தது. ஆதலால் நான் சொன்னேன்: "அவளால் வெளியே போக முடியாது என்பது வெட்கக்கேடான விஷயம். நம் எல்லோருக்கும் ஏதாவது ஒரு பொழுதுபோக்கு தேவைப்படுகிறதே."

தடித்த உதட்டிற்கு அருகில் கண்ணாடிக் குவளையைக் கொண்டு போனவர் பாதியில் நிறுத்திவிட்டு விளக்கினார்: "பொழுது போக்க அவள் தனக்கென்று ஒரு வழிமுறையை வைத்திருக்கிறாள். நான் ஒரு பழைய வீட்டை விலைக்கு வாங்கினேன். இரண்டு நபர்களுக்கு அது பெரிய வீடு. ஆனால் தற்போது நல்ல நிலையில்தான் இருக்கிறது. தோட்டமும் அதில் ஒரு நீரூற்றும் இருக்கிறது. படுக்கையறைக் கதவைத் திறந்தால் அது குளிர்கால பால்கனிக்கு அழைத்துச் செல்லும். தெருவைப் பார்த்தபடி இருக்கும் அந்த அறை மூலையில்தான் இருக்கிறது. அவள் அந்த பால்கனியில்தான் அநேகமாக வாழ்கிறாள் என்று நீங்கள் சொல்லிவிட முடியும் அல்லது சமயங்களில் அவள் தோட்டத்தை ஒரு சுற்று சுற்றிவிட்டு வருவாள். சில இரவுகளில் பியானோ வாசிப்பாள். நீங்கள் விரும்பும்போது எங்களோடு விருந்தில் கலந்து கொள்ளலாம். நீங்கள் வந்தால் நான் மிகவும் சந்தோஷப்படுவேன்."

சட்டென்று நான் புரிந்து கொண்டேன். பியானோ வாசிக்கவும் இரவு உணவு உண்பதற்கும் ஒரு நாள் வருவதாக வாக்களித்தேன்.

வெக்கை கடுமையாக இருந்த ஒரு மதியத்தில் ஹோட்டலுக்கு அவர் வருகை புரிந்தார். தொலைவில் இருந்தே பால்கனி மூலையை எனக்குக் காட்டினார். அது இரண்டாவது தளத்தில் அமைந்திருந்தது. ஒரு பக்கம் இருந்த பெரிய வாயில் கதவைக் கடந்துதான் அவர்கள் வீட்டிற்குப் போக வேண்டும். வாயிலில் இருந்து ஒரு வழி தோட்டத்திற்குப் போயிற்று. மரங்களுக்கிடையில் ஒரு நீரூற்றும் சில சிற்பங்களும்

லத்தீன் அமெரிக்கச் சிறுகதைகள் 35

காணப்பட்டன. தோட்டத்தைச் சுற்றி ஒரு பெரிய மதில் சுவர் ஓடியது. சுவரின் உச்சியில் உடைந்த கண்ணாடிச் சில்லுகள் பதிக்கப்பட்டிருந்தன. வீட்டை நோக்கி ஓடிய படிக்கட்டுகள் வராண்டாவிற்கு இட்டுச் சென்றன. கண்ணாடியால் வேயப்பட்டிருந்த வராண்டாவினூடாகத் தோட்டத்தைப் பார்வையிட முடிந்தது. நீண்ட வராண்டாவில் ஏராளமான கைக்குடைகள் விரித்து வைக்கப்பட்டிருந்தது என்னை வியப்பில் ஆழ்த்தியது. தொட்டிச் செடிகளைப் போல் பல நிறத்தில் அந்தக் கைக்குடைகள் காட்சியளித்தன.

அதைப் பற்றி விளக்குவதற்கு அந்த வயோதிகர் தயங்க வில்லை:

"நிறைய கைக்குடைகள் நான் அவளுக்கு வாங்கிக் கொடுத்துள்ளேன். அதன் நிறங்களைப் பார்ப்பதற்காகத்தான் அவள் இதையெல்லாம் விரித்து வைத்திருக்கிறாள். சீதோஷ்ண நிலை அருமையாக இருக்கும்போது ஒரு குடையை எடுத்து கொண்டு தோட்டத்திற்குள் ஒரு நடை போய்விட்டு வருவாள். காற்றடிக்காலங்களில் இந்தக் கதவைத் திறக்க முடியாது. குடைகள் பறந்துவிடும். மாற்று வழியைத்தான் நாங்கள் உபயோகித்தாக வேண்டும்."

விரித்து வைக்கப்பட்டிருந்த குடைகளுக்கும் சுவருக்கும் இடையிலிருந்த வழியை உபயோகித்த நாங்கள் வராண்டாவின் மூலையை அடைந்தோம். கதவருகில் வந்து சேர்ந்தபோது வயோதிகர் கதவில் பதிக்கப்பட்டிருந்த கண்ணாடியைத் தட்டினார். உள்ளிருந்து ஒரு தெளிவற்ற குரல் எழுந்தது. பிறகு உள்ளே போக வழிகாட்டினார். பால்கனிக்கு நடுவில் எங்களை எதிர்பார்த்தபடி அவருடைய மகள் காத்திருந்தாள். அவளுக்குப் பின்னால் இருந்த பால்கனியின் தடுப்பில் பல்வேறு நிறங்கள் காட்சியளித்தன. கூடத்தை நாங்கள் கடக்கும் முன்னேயே கைகளை நீட்டியபடி எங்களை எதிர்கொண்டு வரவேற்றாள். என்னுடைய வருகைக்காகத் தன் நன்றியைக் கைகுலுக்கித் தெரிவித்தாள். அறையின் கருநிறச் சுவரையொட்டி ஒரு குட்டி பியானோ திறந்துவைக்கப்பட்டிருந்தது. அதன் மஞ்சள் நிறப் புன்னகை பார்ப்பதற்கு வெகுளித்தனமாக இருந்தது.

வீட்டை விட்டு நகர முடியாமைக்காக அவள் என்னிடம் மன்னிப்பு கேட்டுக்கொண்டாள். பால்கனியைச் சுட்டிக்காட்டி என்னிடம் சொன்னாள்:

“அவன்தான் என்னுடைய ஒரே நண்பன்.”

நான் பியானோவைக் கைகாட்டிக் கேட்டேன்:

“இந்த இனிய ஆத்மா எப்படி? இவரும் உங்களுடைய நண்பர்தானா?”

அவளுடைய படுக்கையின் அடிமாட்டிலிருந்த இருக்கையில் நாங்கள் சாய்ந்து கொண்டோம். அப்போது சுவரின் ஒரு பகுதியாக இருந்த பல சிறிய மலரோவியங்களைக் கவனிப்பதற்கு எனக்கு வாய்ப்பு கிடைத்தது. யாவும் நாற்புறத்திலும் இருந்த சுவரில் ஒரே உயரத்தில் தொங்கவிடப்பட்டிருந்தன. அவள் முகத்தில் விட்டுச்சென்ற புன்னகையும் பியானோவின் வெகுளித்தனத்தை ஒத்திருந்தது என்றபோதும் அவளுடைய நரைத்த தலைமயிரையும் பெருத்த உடலையும் பார்த்தால் அவள் அவற்றைக் கைவிட்டுப் பல வருடங்கள் ஆகியிருக்கலாம் என்று தோன்றியது. வயோதிகர் சப்தம் எழுப்பாமல் குதிகாலில் நடந்து அறையை விட்டு நீங்கியபோது பால்கனியைப் போல் பியானோ ஏன் அவளுக்கு அத்தியந்த சிநேகிதியாக இல்லை என்பதை என்னிடம் அவள் விளக்கத் தொடங்கினாள்:

“இந்த பியானோ என் அம்மாவின் உற்ற தோழியாக இருந்தது.”

அதை அருகில் சென்று பார்வையிட உத்தேசித்து நான் எழுந்தபோது, விழிகள் விரிய கைகளை உயர்த்தி என்னைத் தடுத்தாள்.

“மன்னிக்க வேண்டும். இரவு உணவிற்குப் பிறகு விளக்குகள் எரியும்போது பியானோவை நீங்கள் இசைத்தால் நான் மகிழ்ச்சியடைவேன். சிறுபிராயம் தொடங்கி இன்று வரை பியானோ இசையை இரவில் கேட்பதையே நான் வழக்கமாகக் கொண்டிருக்கிறேன். அப்போதெல்லாம் என் அம்மா பியானோ இசைக்கத் தொடங்குவதற்கு முன் நான்கு மெழுகுவர்த்திகளை ஏற்றி வைத்துவிட்டு இசைக்கத் தொடங்குவாள். சூழ்ந்திருக்கும் நிசப்தத்தில் மெதுவாக ஒவ்வொரு ஸ்வரக்குறிப்பையும் அவள் இசைப்பது ஏதோ விளக்குத் திரிகளை ஒன்றின் பின் ஒன்றாக நிதானமாக ஏற்றுவது போல் இருக்கும்.”

ஒரு நிமிடத்திற்குப் பிறகு என்னிடம் மன்னிப்பு கேட்டபடி எழுந்து கொண்டவள் பால்கனியை நோக்கி நகர்ந்தாள். யாருடைய மார்பகத்திலோ சாய்வது போல் பால்கனியில் இருந்த

தடுப்புச் சட்டத்தில் கைகளை வெறுமனே ஊன்றிக்கொண்டு நின்றாள். திரும்பி வந்தவள் என்னிடம் சொன்னாள்:

"ஒரு மனிதன் பல முறை சிகப்புச் சட்டகத்தைக் கடந்து செல்வதை நான் பார்க்கும்போது அவன் வன்முறை யாளனாகவோ அல்லது உணர்ச்சி வசப்படுகிறவனாகவோ மாறுவது வழக்கமாக இருக்கிறது."

என்னால் அந்தக் கேள்வியை அவளிடம் கேட்காமல் இருக்க முடியவில்லை.

"என்னை எந்தச் சட்டகத்தின் வழியாகப் பார்த்தீர்கள்?"

"பச்சை. அதற்கு நகரத்தில் தனிமையில் வாழ்பவர் என்று அர்த்தம்."

"தாவரங்களுக்கிடையில் தனிமையில் வாழ்வதே என் விருப்பமாக இருக்கிறது" என்றேன் நான்.

ஒரு பணிப்பெண் பின்தொடரக் கதவைத் திறந்துகொண்டு அறைக்குள் அந்த வயோதிகர் நுழைந்தார். அவள் குள்ளமாகத் தோற்றமளித்ததால் அவள் குழந்தையா அல்லது பிறவிக் குள்ளமா என்பதை என்னால் அனுமானிக்க முடியவில்லை. மளுமளுவென்று இருந்த கைகள் ஒரு குட்டி மேஜையைத் தூக்கிக்கொண்டிருந்தன. அவளுடைய செந்நிற முகம் அதன் மீது பிரதிபலித்தது. வயோதிகர் என்னிடம் கேட்டார்: "என்ன விரும்புகிறீர்கள்?"

"ஒன்றுமில்லை" என்று சொல்லவே நான் விரும்பினேன். ஆனால் அது அவரை வருத்தமுறச் செய்துவிடுமோ என்று யோசித்து, மனதில் முதலில் நினைவுக்கு வந்த மது புட்டியின் பெயரைச் சொன்னேன். உடன் அவர் அவளை ஒரு சிறிய கண்ணாடிக் குவளையில் நாங்கள் இசை நிகழ்ச்சிக்குப் பிறகு குடித்த அந்தக் கருத்த திரவத்தை நிரப்பிக் கொண்டு வரச் செய்தார்.

இரவு கவியத் தொடங்கியபோது நாங்கள் உணவறைக்கு நகர்ந்தோம். குடைகள் விரித்துவைக்கப்பட்டிருந்த வராண்டா வழியாகத்தான் அந்த அறைக்குப் போக வேண்டியிருந்தது. பாதையிலிருந்த குடைகளை அவள் அகற்றி ஒழுங்கு செய்தாள். நான் அதைப் பாராட்டியபோது அவள் முகம் பிரகாசித்தது.

உணவறை தெரு மட்டத்திற்குக் கீழே அமைந்திருந்தது. அங்கிருக்கும் ஜன்னல் வழியாக நடைபாதையில் நடந்து

செல்வோரின் கால்களையும் பாதங்களையும் ஒருவரால் பார்க்க முடியும். வெண்ணிற மேஜை விரிப்பின்மீது ஒரு பச்சை விளக்கு ஒளியைப் பாய்ச்சிக் கொண்டிருந்தது. மேஜையில், சந்தோஷகரமான நினைவுகளைக் கொண்டாடுவதற்காகக் குடும்பத்தின் பழைய பொக்கிஷங்கள் எல்லாம் ஒன்று கூடியிருந்தன. ஒரு வார்த்தைகூடப் பேசாமல் நாங்கள் உட்கார்ந்திருந்தோம். ஒரு கணம் எல்லாப் பொருட்களும் பேரமைதியின் அபூர்வ வடிவங்கள் என்ற எண்ணம் எழுந்தது. மேஜை விரிப்பின்மீது எங்களுடைய ஜோடிக் கைகள் தோன்றியபோது, இயல்பாகவே அவை எப்போதும் அங்கு வாழ்ந்து வந்திருப்பதாகத் தோன்றிற்று. உடன் அவற்றின் வாழ்க்கையைப் பற்றி என்னால் யோசிக்காமல் இருக்க முடியவில்லை. பல வருடங்களுக்கு முன்பு, அந்தக் கைகள் மேஜையின் மீதிருந்த பொருட்களை உருட்டித் திரட்டி அவற்றுக்கு ஓர் உருவம் கொடுத்தன. பல முறை கைமாறிய பிறகு அந்தத் தட்டுகளும் குவளைகளும் இதர பாத்திரப் பண்டங்களும் அவற்றின் இருப்பிடத்தை ஒரு நிலையடுக்கில் கண்டுபிடித்திருக்கலாம். இவ்வளவு வருடங்களுக்கும் அவை பல்வேறு கரங்களுக்குச் சேவை செய்திருக்க வேண்டும். ஏதோ ஒரு கரம் தட்டிலிருந்து ஒரு கவளம் உணவைக் கையில் எடுத்திருக்கலாம்; ஏதோவொன்று ஜாடியைக் காலி செய்திருக்கலாம், ஏதோவொன்று முள்கரண்டியையும் கத்தியையும் எடுத்து மாமிசத்தின்மீது வைத்து, ஒரு துண்டை நறுக்கி வாய்க்கு எடுத்துச் சென்றிருக்கலாம். இதற்கெல்லாம் பிறகு அந்த எளிய பாத்திரப் பண்டங்கள் கழுவப்பட்டு, துடைக்கப்பட்டு அதன் எளிய இருப்பிடத்திற்குத் திரும்பி இருக்கும். அவற்றில் ஒரு சில மட்டும், சில கைகளிடமிருந்து தூர விலகி வசித்து வந்திருக்கலாம், ஒரு சில ப்ரியத்துக்குரியதாகவும் நெடுநாட்களுக்கு நினைவுகூரப்படுபவையாகவும் நடத்தப்பட்டிருக்கலாம். ஆனால் எவை எப்படியிருந்தபோதும் அவை அமைதியாகப் பிறருக்கு உதவிக்கொண்டே இருந்திருக்கின்றன.

சிறிது நேரத்திற்குப் பிறகு, அவளுடைய படுக்கையறையில் நாங்கள் இருந்தபோது, அப்போது அவள் அறை விளக்கை ஏற்றி இருக்கவில்லை. பால்கனி வழியாகச் சரிந்து கொண்டிருந்த அந்தி ஒளியின் ஒவ்வொரு துளியையும் அவள் சந்தோஷமாக அனுபவிக்க விரும்பினாள்; நாங்கள் பொருட்களைப் பற்றிப் பேசினோம். வெளிச்சம் மங்கியபோது பறவைக் குஞ்சுகள்

கூட்டில் சென்று உறங்க முயல்வதைப் போல் நிழலில் சென்று ஒளி தஞ்சமடைவதைப் பார்க்க முடிந்தது. அது ஜனங்களைத் தொடும்போது அவர்களின் ஆத்மாவை மேம்படுத்துகிறது என்று அவள் சொன்னாள். சமயங்களில் ஒன்று வேறொன்றாக இருக்கிறது; நல்ல ஆத்மாவையும் கொண்டிருக்கிறது (பியானோவின் கால்கள் ஒரு காலத்தில் மரக்கிளைகளாக இருந்திருக்கலாம் ஸ்வரக்கட்டைகள் தந்தங்களாக இருந்திருக்கலாம்.) ஆனால் இங்கு, பால்கனி உயிர்கொள்ளத் தொடங்கியது, அவள் அங்கு வாழத்தலைப்பட்ட பிறகுதான்.

திடீரென்று மேஜை விளிம்பில் குள்ளப் பணிப்பெண்ணின் முகம் தோன்றியது. பொருட்களைக் குட்டிக்கைகளால் பிடித்துக்கொள்ள முடியும் என்ற நம்பிக்கையோடு, அவள் எங்களை நெருங்கிக்கொண்டிருந்தபோது வயோதிகரும் அவருடைய மகளும் அவளை நோக்கி தட்டை நகர்த்தினார்கள். அதை அவள் கையாண்ட விதம் மேஜையிலிருந்த பொருட்களின் மதிப்பைக் குறைத்தது. வயோதிகரும் அவசர கதியில் முன்பின் யோசிக்காமல் ஒரு சீசாவின் கழுத்தைப் பிடித்துத் தூக்கி ஒயினை ஊற்ற முயன்றார்.

ஆரம்பத்தில் உரையாடலைத் தொடர்வது சிரமமாக இருந்தது. சற்று நேரத்தில் முப்பாட்டன் காலத்துக் கடிகாரம் ஒன்று காலம் தப்பி மணியடித்து அதன் இருப்பை எங்களுக்கு உணர்த்தியது. வயோதிகளின் பின்பக்கத்திலிருந்து அது ஒலித்தபோதுதான் அது அங்கிருக்கிறது என்பதே என் நினைவிற்கு வந்தது. நாங்கள் மீண்டும் பேச்சைத் தொடங்கியபோது அந்தப் பெண் என்னிடம் கேட்டாள்:

“உங்களுக்குப் பழைய உடைகள் என்றால் பிடிக்குமா?”

“ஆம். நாம் முன்பு பேசிக்கொண்டிருந்தது போல் பொருட்களைப் பற்றி நீங்கள் பேசும்போதெல்லாம் உடைகள்தான் நமக்கு நெருக்கமான வஸ்து என்று எனக்குத் தோன்றுகிறது.” நான் சிரித்துவிட்டேன். ஆனால் அவள் அதில் தீவிரமாக இருந்தாள். “நம் உடலின் வடிவைக் காட்டிலும் சருமத்தின் நறுமணத்தைக் காட்டிலும் அவை மேலான ஒரு வஸ்துவாக இருந்தால்கூட நான் அதைப் பற்றி ஆச்சரியப்பட மாட்டேன்.”

ஆனால், அவளுடைய கவனம் வேறு எங்கோ இருந்தது. இருந்தபோதும், பாண்டி விளையாட்டைக்

கவனித்துக்கொண்டிருக்கும் ஒரு நபர் தன்முறைக்காகக் காத்துக்கொண்டிருப்பதைப் போல் அவள் குறுக்கிட முயற்சித்தாள். சந்தேகம் வேண்டாம், அவளுடைய கேள்விக்கான பதிலை அவளைத் தவிர வேறு யாராலும் கண்டுபிடிக்க முடியாது. இறுதியில் அவளே சொன்னாள்:

"படுக்கையில் கவிதைகளைப் புனைவது என் இயல்பு" - அந்தக் கவிதைகளைப் பற்றி மதியமே என்னிடம் குறிப்பிட்டிருந்தாள்.

"என்னிடம் வெள்ளை நிறத்தில் ஒரு இரவு உடை உண்டு. கவிதை எழுதத் தொடங்கிய காலம் முதல் அது என்னிடம் இருக்கிறது. எப்போதாவது, கோடை இரவுகளில் மட்டும் அதை உடுத்திக்கொண்டு பால்கனியில் உலவுவேன். கடந்த வருடம் அதைப் பற்றி ஒரு கவிதை எழுதினேன்."

சாப்பிடுவதை நிறுத்தியிருந்தாள். பணிப்பெண்ணின் கைகள் வருவதும் போவதுமாக இருந்ததை அவள் கவனிக்கவில்லை. எங்கோ வெறித்தபடி கவிதையை ஒப்பிக்கத் தொடங்கினாள்: "என் வெண்ணிற இரவுடைக்கு."

சுதாரித்துக்கொண்டு கேட்க முயற்சித்தேன். அதே சமயம் அந்தக் குள்ளப் பெண்ணின் கைகளையும் அவதானித்தேன். வழவழப்பான அவளது குட்டி விரல்கள் பொருட்களை நெருங்கும்போது மூடிக்கொள்ளும். பொருட்களைப் பற்ற முயற்சிக்கும் கடைசித் தருணத்தில்தான் திறந்து கொள்ளும்.

தொடக்கத்தில் பல்வேறு வழிகளில் என் கவனத்தை வெளிப்படுத்த முயற்சித்தேன். பிறகு கடைசியில் கடிகார பெண்டுலத்தின் அசைவிற்கேற்ப தலையசைக்கப் பழகிக்கொண்டேன். ஏற்கெனவே வருத்தத்தில் ஆழ்ந்திருந்த என்னை இது வேதனையடையச் செய்தது. அவள் சொல்லி முடிக்கும் முன் ஏதாவது ஒன்றைச் சொல்லிவிட வேண்டும் என்று யோசித்தேன். மேலும் வயோதிகருடைய கீழ் உதட்டோரத்தில் ஒரு பருக்கை ஒட்டிக் கொண்டிருந்தது. கவிதை மிகச் சாதாரணமாகவே இருந்தது. இருப்பினும், அவள் சொற்களைப் பற்றி யோசித்துக்கொண்டிருந்தாள். எதிர்பாராவிதமாக "இரவு உடை" என்கிற வார்த்தைக்கேற்ற எதுகையை அவள் கண்டுபிடித்தாள். அது புதுமையாக இருப்பதாகச் சொன்னேன். வயோதிகரைப் பார்த்தபடி நாக்கால் கீழ் உதட்டைத் துழாவினேன். ஆனால் அவரோ

அவருடைய மகளின் பேச்சைக் கேட்டுக்கொண்டிருந்தார். இப்போது, கவிதை ஒருபோதும் முடியாதோ என்று நினைக்கத் தொடங்கினேன். ஆனால் திடீரென்று அவள் நள்ளிரவை, 'வெள்ளையுடை' என்கிற எதுகையால் சமன் செய்ய, யாவும் ஒரு முடிவிற்கு வந்தன.

ஆழ்ந்த யோசனையில் மூழ்கியிருந்ததான பாவனையை மேற்கொண்டபடி ஒரு புதிய விஷயத்தை உணர்வது போலவும் எதையோ சொல்ல முயலுவது போலவும் தோற்றத்தைக் கொடுத்தபடி உட்கார்ந்திருந்தேன்.

"நான் கவிதையின் குழந்தைமைப் பண்பைப் பார்த்து பிரமித்துவிட்டேன்" என்று சொல்லத் தொடங்கினேன். "இது புத்தம் புதிது மற்றும்..." புத்தம் புதிது என்ற வார்த்தை என் வாயிலிருந்து முழுதாக வெளியேறியிருக்கவில்லை; அதற்குள் அவள் பேசத் தொடங்கினாள்.

"என்னிடம் வேறொன்று இருக்கிறது."

நான் அசௌகரியமாக உணர்ந்தேன்... மேலும் சுயநலத்தனமாக என் தேவைகளைப் பற்றி மட்டுமே என்னால் யோசிக்க முடிந்தது. அந்தக் குள்ளப் பெண் வேறொரு தட்டை எடுத்தபடி திரும்பியிருந்தாள். கணிசமான அளவு எனக்கு நானே உதவிக்கொண்டேன். மேஜை மீதிருந்த பொருட்கள், கவிதை, வீட்டின் கூரை, வராண்டாவில் விரித்துவைக்கப்பட்டிருந்த குடைகள், வீட்டையொட்டி படர்ந்திருந்த படர்க்கொடி என யாவும் அதன் கவர்ச்சியை இழந்திருந்தன. நான் என்னுள் மூழ்கியவாறு வெட்கமில்லாமல் உணவை அள்ளி விழுங்கினேன். என் குவளை காலி ஆகாததால் சீசாவின் கழுத்தைப் பிடிக்க அந்த வயோதிகருக்கு மற்றொரு வாய்ப்பு கிடைக்கவில்லை.

இரண்டாவது கவிதையை அவள் முடித்தபோது நான் சொன்னேன்:

"இது சுவையாக இல்லை என்றால்?" சாப்பிட்டுக்கொண்டிருந்த நான் தலையசைத்தபடி சொன்னேன்: "நான் மேலும் கேட்க ஆர்வமாக இருக்கிறேன்."

வயோதிகர் சட்டென்று சொன்னார்:

"அவள் முதலில் சாப்பிட்டாக வேண்டும். இதற்கெல்லாம் நமக்கு நிறைய நேரமிருக்கிறது."

நான் எரிச்சலடையத் தொடங்கினேன். அந்நேரம் நான் ஒரு பெரிய தொப்பையனாக மாறுவது பற்றிக் கூட எனக்கு ஆட்சேபணை இருந்திருக்காது. ஆனால் எனக்குள்ளிருந்து ஏதோவொன்று அந்த வயோதிகளின்மீது என்னை இரக்கம் கொள்ளச் செய்தது. அதனால் ஒயினைச் சுட்டிக்காட்டி, சமீபத்தில் நான் கேள்விப்பட்டிருந்த ஒரு குடிகாரனைப் பற்றிய வேடிக்கைக் கதையை அவர்களிடம் சொன்னேன். கதையைச் சொல்லி முடித்தபோது இருவரும் விழுந்து விழுந்து சிரிக்கவே நான் மேலும் சில கதைகளைச் சொன்னேன். அந்தப் பெண்ணின் சிரிப்பில் ஒருவித சோகம் படர்ந்திருந்தது. இருப்பினும் அவள் கதைகளைத் தொடர்ந்து சொல்லும்படி என்னிடம் கேட்டுக்கொண்டாள். அவள் சிரமப்பட்டுச் சிரித்தபோது வாய் கோணியது. அவளுடைய கண்களோ 'காகத்தின் கால்களில்' மாட்டிக் கொண்டதைப் போல் கண்ணீர் வடித்தன. கைகளை முழங்கால்களுக்கு இடையில் வைத்து அழுத்திக் கொண்டாள். சீசாவிலிருந்த ஒயினால் கண்ணாடிக் குவளையை வயோதிகர் நிரப்ப முயன்றபோது திடீரென்று இருமல் வர, அவர் சீசாவைக் கீழே வைக்க வேண்டியதாயிற்று. அந்தக் குள்ளப் பெண்ணும் விழுந்து விடுவது போலச் சிரித்தாள்.

அதிசயமூட்டும் வகையில் நாங்கள் எல்லோரும் ஒருவரோடு ஒருவர் பிணைக்கப்பட்டிருந்தோம். கொஞ்சம்கூட அன்று எனக்கு வருத்தம் தோன்றவில்லை.

அன்றிரவு நான் பியானோ இசைக்கவில்லை. நான் தங்க வேண்டும் என்று அவர்கள் கேட்டுக்கொண்டதோடு ஒரு படுக்கையறையையும் எனக்குக் கொடுத்து உதவினார்கள். படுக்கையறைக்கு அருகில் படர்க்கொடிகள் படர்ந்து கிளைத்திருந்தன. மாடிப்படிகளைக் கவனித்தபோது அந்த முப்பாட்டன் காலத்துப் பழைய கடிகாரத்திலிருந்து ஒரு கயிறு, சுழல் படிக்கட்டுகளைத் தாண்டி ஓடியதைக் கவனித்தேன். அதைப் பின்தொடர்ந்தபோது அது படுக்கையறைக்குள் ஓடி பிரம்மாண்டமான படுக்கையின் கால்களில் சென்று முடிந்தது. அறையில் கிடந்த பழைய, பெரிய மரச்சாமான்கள் விளக்கொளியில் வெளிர் மஞ்சளாகக் காட்சியளித்தன. என்னுடைய வயிற்றில் கை வைத்தபடி நான் வயோதிகளின் வயிற்றைக் கவனித்தேன். அந்த இரவின் கடைசி அறிவுரையாக அவர் சொன்னது:

“உங்களுக்கு உறக்கம் வராதபோது நேரம் என்ன என்று நீங்கள் தெரிந்துகொள்ள ஆசைப்பட்டால் இந்தக் கயிற்றை இழுங்கள். உணவறையிலுள்ள கடிகாரத்தை இங்கிருந்தே செவிமடுக்கலாம். முதலில் அது மணியையும், சிறிது நேரம் கழித்து நிமிடத்தையும் சொல்லும்.”

திடீரென்று தனக்குத் தானே சிரித்துக்கொண்டு கையசைத்தபடி அவர் வெளியேறினார். கடிகாரத்திடம் பேசிய குடிகாரனைப் பற்றிய கதையை அவர் நினைவுகூர்ந்து இருக்கலாம்.

என்னுடைய உடலை நான் தனித்து உணரத் தொடங்கியபோது மரப் படிக்கட்டுகள் கிறீச்சிடும் விதத்தில் அழுத்தமாக அடியெடுத்து வைத்து நடக்கத் தொடங்கினார். என்னுடைய உடலோ உணவையும் நீரையும் ஒரு மிருகம் மற்றொரு மிருகத்தை விழுங்குவதைப் போல் விழுங்கியிருந்தது. இப்போது இரவு முழுவதும் இரையோடு அது போராடப்போகிறது. உடைகளைக் களைந்துவிட்டு வெறும் காலோடு அறைக்குள் நடக்கத் தொடங்கினேன்.

சிறிது நேரத்திற்குப் பிறகு, படுக்கையில் படுத்தபடி அந்நாட்களில் என் வாழ்க்கையில் என்ன செய்து கொண்டிருந்தேன் என்று கூட்டிக்கழித்துப் பார்க்க முயன்றேன். கொஞ்சம் சம்பவங்களும் தொலை தூரத்தில் வசித்து வந்த ஓரிரு மனிதர்களும் மனதில் வந்து போனார்கள். பிறகு சமையலறையிலுள்ள பொருட்களைப் போல் மௌனத்தில் ஆழ்ந்ததோடு துக்ககரமாகவும் கீழ்த்தரமாகவும் என்னை உணர்ந்தேன்.

மறுநாள் காலை, புன்னகையோடும் அநேகமாக சந்தோஷத்தோடும் வாழ்க்கையை எதிர்கொண்டேன். அதிகாலையிலேயே விழித்து எழுந்து விட்டேன். நிதானமாக உடை உடுத்திக்கொண்டு தோட்டத்திற்கு அருகில் கட்டப்பட்டிருந்த வராண்டா வழியாக நடந்து சென்றேன். வீட்டின் இந்தப் பக்கத்திலும் நெடிய நிழல் தரும் மரங்கள் வளர்ந்திருந்தன. வயோதிகரும் அவருடைய மகளும் உரையாடுவதை என்னால் கேட்க முடிந்தபோது இருவரும் பின்புறமுள்ள இருக்கையில்தான் அமர்ந்திருக்கிறார்கள் என்பதைப் புரிந்து கொண்டேன். அவளுடைய வார்த்தைகள்தான் முதலில் என்னை ஈர்த்தன:

“உர்சுலா இப்போது சந்தோஷமாக இல்லை. அவள் கணவன்மீது வைத்திருக்கும் நேசத்தைவிட வேறொருவனை அவள் அதிகமாக நேசிக்கிறாள்.”

வயோதிகர் கேட்டார்:

“அவளால் விவாகரத்து பெற முடியாதா?”

“முடியாது. அவளுடைய குழந்தைகளை அவள் அதிகம் நேசிக்கிறாள். குழந்தைகளோ அவளுடைய கணவனை நேசிக்கின்றன. மாறாக மற்றவனை அல்ல.”

அதற்கு அந்த வயோதிகர் நடுங்கியபடி சொன்னார்:

“கணவனுக்குப் பல ஆசைநாயகிகள் இருப்பதைக் குழந்தைகளிடம் அவள் சொல்லலாமே.”

அவள் ஆத்திரத்தோடு எழுந்து கொண்டாள்:

“இப்படி பொத்தாம் பொதுவாகப் பேசுகிறீர்களே. எப்போது நீங்கள் உர்சுலாவைப் புரிந்துகொள்ளப் போகிறீர்கள்? அவள் ஒருபோதும் இப்படிப் பேச மாட்டாள்!”

எனக்கு ஆர்வம் அதிகரித்தது. அவர்கள் அந்தக் குள்ளப் பெண்ணைப் பற்றிப் பேசவில்லை. அவளுடைய பெயர் தாமரிந்தா. மேலும் அந்த வயோதிகர் அவர்கள் தனித்தே வசித்து வருவதாகச் சொன்னார். இந்தச் செய்திகள் எல்லாம் அவளுக்கு எப்படிக் கிடைத்தன? இரவு நேரத்தில் வந்து சேருகின்றனவா? கோபத்தில் வெடித்தவள் உணவறைக்குப் போய்விட்டிருந்தாள். கொஞ்ச நேரத்திற்குப் பிறகு குஞ்சம் வைத்த, ஒளி ஊடுருவக்கூடிய சாலமன் மீனின் நிறத்தையொத்த ஒரு கைக்குடையை எடுத்துக்கொண்டு தோட்டத்திற்குத் திரும்பினாள். மதிய உணவிற்கு அவள் மேஜைக்குத் திரும்பவில்லை. நானும் வயோதிகரும் தனியே உணவு அருந்தினோம், குடித்தோம். அதன் பிறகு கைவிடப்பட்ட அந்த வீட்டில் படிப்பதற்குத் தோதான ஒரு புத்தகத்தை வாங்குவதற்காக நிறைந்த வயிறோடு இரவில் நான் வெளியேறினேன்.

திரும்பும் வழியில் எனக்கு முன்னால் ஒரு பரிதாபமான ஜீவன், மெக்ஸிகனைப் போல் ஒரு பெரிய பச்சைத் தொப்பி அணிந்திருந்த வயோதிகக் கருப்பன் நொண்டியபடி பால்கனியைக் கடந்தான். பால்கனியில் ஒரு வெண்ணிற உருவம்

தோன்றியது, பச்சை சட்டகம் வழியாகத் திட்டுதிட்டாகத் தெரிந்தது.

அன்றிரவு இரவு உணவிற்காக நாங்கள் ஒன்றுகூடியபோது நான் என்னுடைய கதைகளைச் சொல்லத் தொடங்கினேன். அன்று அவள் கவிதைகளைப் பாடவில்லை.

வயோதிகர் வயிறு குலுங்கச் சிரித்தார். முடிந்த மட்டும் அங்கிருந்த உணவையெல்லாம் நான் எடுத்துக்கொள்ளப் பிரயத்தனப்பட்டேன்.

ஒருகணம் நாங்கள் எல்லோரும் நிசப்தத்தை உணர்ந்தோம். அப்போது அவருடைய மகள், “இன்றிரவு எனக்குக் கொஞ்சம் இசை தேவை. நான் முன்னமே சென்று பியானோவில் மெழுகுவர்த்தி ஏற்றி வைக்கிறேன். மெழுகுவர்த்திகளை ஏற்றி நீண்டகாலம் ஆகிவிட்டது. அந்தப் பாவப்பட்ட ஜீவன், அம்மா திரும்பி வந்துவிட்டாள் என்று கொஞ்சம் சந்தோஷம் அடையும்.”

நானோ வயோதிகனோ மேற்கொண்டு ஒரு வார்த்தை பேசவில்லை. சற்று நேரம் கழித்து தாமரிந்தா உள்நுழைந்து அவள் காத்துக்கொண்டிருப்பதைத் தெரிவித்தாள்.

நான் முதல் ஸ்வரத்தை இசைக்கத் தொடங்கியபோது பாதம் உயர்த்திப் பாயத் தயாரான மிருகத்தைப் போலிருந்தது நிசப்தம். அலைந்தாடும் மெழுகுவர்த்தியைப் போல சடசடக்கும் ஒலியை எழுப்பியது ஸ்வரக் கட்டை. நான் மற்றொரு கட்டையை அழுத்த, ஒரே சமயம் கட்டையை அழுத்த முயன்றபடி அடுத்த கட்டத்திற்கும் நகர முயல, நகர்வதற்கு முன் தந்தி அறுந்தது. அவள் வீறிட்டாள். வயோதிகரும் நானும் துள்ளி எழுந்தோம். முகத்தைக் கைகளில் தாங்கிக்கொண்டிருந்தவளை நான் ஆறுதல்படுத்த முயன்றேன். தந்திகள் பழசாகி, துருவேறிவிட்டன என்பதை எடுத்துச் சொன்னேன். இருந்தபோதும் அவள் கைகளை முகத்திலிருந்து விலக்கவில்லை, தலையசைப்பதை நிறுத்தவுமில்லை. எனக்கு என்ன செய்வதென்று புரியவில்லை. இதற்கு முன் நான் இப்படித் தந்தியை அறுத்தது இல்லை. மன்னிக்கும்படி கேட்டுக் கொண்டேன். அறைக்குத் திரும்பும் வழியில் வராண்டாவில் விரித்து வைக்கப்பட்டிருந்த குடைகளின்மீது சரிந்து விழுந்துவிடுவேனோ என்று பயந்தேன்.

மறுநாள் காலை தாமதமாகப் படுத்து உறங்கினேன். தோட்டத்திலுள்ள இருக்கையில் நடைபெற்ற அவர்களுடைய சம்பாஷணையை நான் தவறவிட்ட போதும் சரியான சமயத்தில் அங்கு ஆஜரானேன். அந்தப் பெண் சொன்னாள்:

"உர்சுலாவின் காதலன் ஒரு பெரிய பச்சை நிறத் தொப்பியை அணிந்திருந்தான்."

அந்த வயதான கருப்பனைப் பற்றித்தான் அவள் பேசுகிறாள் என்பதை என்னால் நம்ப முடியவில்லை. நேற்று மதியம் அவன் நொண்டியதை நான் பார்த்தேன். இரவில் யார் அந்தச் சேதியை அவளிடம் தெரிவித்திருக்கக்கூடும் என்பதை என்னால் அனுமானிக்க முடியவில்லை.

அன்று மதியம் வயோதிகரும் நானும் மீண்டும் தனியே உணவு அருந்தினோம். இம்முறை நான் சொன்னேன்:

"என்னுடைய வராண்டாவிலிருந்து அருமையான காட்சி ஒன்றைப் பார்த்தேன். நான் முன்னமே அங்கு வந்துவிட்டேன். ஆனால் அங்கிருக்க மனம் ஒப்பவில்லை. நீங்கள் ஏதோ உர்சுலாவைப் பற்றிப் பேசிக்கொண்டிருந்தீர்கள். குறுக்கிட எனக்குத் தயக்கமாக இருந்தது."

வயோதிகர் உணவு அருந்துவதை நிறுத்திவிட்டு முணுமுணுத்தார்:

"நாங்கள் பேசியதை நீங்கள் கேட்டீர்களா?"

அவர் ஏதோ ஒரு ரகசியத்தைச் சொல்லப்போகிறார் என்பதை நான் புரிந்து கொண்டேன். அதனால் நான் சொன்னேன். "ஆம். நான் எல்லாவற்றையும் கேட்டேன். ஆனால் எனக்கு ஒன்று புரியவில்லை, உர்சுலா எப்படி அந்தப் பச்சை நிறத் தொப்பி அணிந்த கிழட்டுக் கருப்பனை விரும்புகிறாள் என்று?"

"ஆனால் நீங்கள் ஒன்றைப் புரிந்துகொள்ளவில்லை. என்னுடைய மகள் என்னை வற்புறுத்தி அவளுடைய கதைகளைக் கேட்கச் செய்கிறாள். அவள் உருவாக்கும் கதாபாத்திரங்களின்மீது அக்கறை எடுத்துக் கொள்ளும்படி நிர்ப்பந்திக்கிறாள். அதனால்தான் அந்தக் கதாபாத்திரங்கள் உயிரோடு உலவுவது போலவும் அவற்றின் பேச்சைக் கவனிப்பது போலவும் நான் பாவனை செய்து வருகிறேன். அவள் பால்கனியிலிருந்து பார்ப்பதையெல்லாம் அந்தக்

கதாபாத்திரங்கள் செய்வதாகக் கற்பனை செய்கிறாள். ஒருநாள் பச்சைத் தொப்பி அணிந்த மனிதன் ஒருவன் இந்த இடத்தைக் கடந்து சென்றதை அவள் பார்த்தால் என்றால் மறுநாள் அவளுடைய கதாபாத்திரம் ஒன்று தொப்பி அணிந்திருப்பதைக் கண்டு நாம் ஆச்சரியப்படக் கூடாது. அவள் சொல்வதையெல்லாம் என்னால் நினைவில் வைத்துக் கொள்ள முடியவில்லை. அது அவளுக்கு ஆத்திரமூட்டுகிறது. நீங்கள் ஏன் அவளுக்கு உதவக்கூடாது? நீங்கள் விரும்பினால் நான்..." பேசி முடிக்க நான் விடவில்லை: "அது பற்றி நான் யோசிக்கிறேன். நான் பேசக்கூடிய விஷயங்கள் அவளைப் புண்படுத்தாமல் இருக்கும்படி பார்த்துக்கொள்கிறேன்."

அன்று மாலையும் அவள் வரவில்லை. நானும் வயோதிகரும் கொஞ்சம் குடித்தோம், சாப்பிட்டோம், இரவு முடியும் மட்டும் பேசிக்கொண்டிருந்தோம். பிறகு படுக்கையில் நான் சாய்ந்தபோது ஏதோ கிறீச்சிடும் சப்தம் கேட்டது. அது மரச்சாமான் உடையும் சப்தம் அல்ல. மாடிப்படிகளில் யாரோ ஏறி வருகிறார்கள் என்பதைப் புரிந்துகொள்ள எனக்குக் கொஞ்சம் நேரம் பிடித்தது. அடுத்த கணம் கதவை மெல்ல தட்டும் சப்தம் கேட்டது. யார் அது என்று கேட்டேன். அந்தப் பெண் பதில் சொன்னாள்: "நான்தான். உங்களிடம் கொஞ்சம் பேச வேண்டும்."

விளக்கை ஏற்றிவிட்டுக் கதவைப் படீரெனத் திறந்தேன். அவள் சொன்னாள்: "கதவிற்குப் பின்னால் மறைந்து கொள்வதில் ஒரு பிரயோஜனமும் இல்லை. நீங்கள் ஆடை இல்லாமல் நின்றுகொண்டிருப்பதை என்னால் கண்ணாடியில் பார்க்க முடிகிறது." எனவே நான் கதவைச் சாத்தினேன். காத்திருக்கும்படி கேட்டுக்கொண்டேன்.

அவளை அழைத்தபோது அவள் என் அறையைக் குறுக்காகக் கடந்து மற்றொரு கதவை நெருங்கினாள். அந்தக் கதவை என்னால் திறக்க முடியவில்லை. அதை எளிதாகத் திறந்தவள் இருட்டாக இருந்த வேறொரு அறையினுள் சென்று மறைந்தாள். ஒரு நாற்காலியை எடுத்துக்கொண்டு திரும்பியவள், படுக்கைக்கு அருகில் போட்டுவிட்டு உட்கார்ந்து கொண்டாள். அணிந்திருந்த நீல நிற அங்கியிலிருந்து ஒரு குறிப்புப் புத்தகத்தை எடுத்துக் கவிதைகளை வாசிக்கத் தொடங்கினாள். தூங்கி விழாமல் இருக்க நான் அதிக சிரத்தை எடுத்துக்கொள்ள வேண்டியிருந்தது. கண்களைத் திறக்க நான் பிரயத்தனம்

எடுத்துக் கொள்ளும் போதெல்லாம் அவை மூடிக்கொள்ளும். அதையெல்லாம் யாராவது பார்த்தால் நான் இறந்து கொண்டிருப்பதாக நினைத்துக்கொள்வார்கள். திடீரென்று அவள் அலற, அது பியானோ தந்தி அறுந்த ஸ்திதியின் சப்தத்தில் இருக்க, நான் படுக்கையிலிருந்து துள்ளி எழுந்தேன். அறையின் நடுவில் ஒரு பெரிய சிலந்தி. அதை நான் பார்த்த சமயம் அது நகரவில்லை; மயிரடர்ந்த தன் மூன்று கால்களைக் குவித்துப் பாயத் தயாராக இருந்தது. ஷூவைக் கழற்றி அதை நோக்கி எறிந்தேன். குறி தவறியது. படுக்கையிலிருந்து நான் கீழ் இறங்கினேன். ஆனால் அவள் விலகிவிடும், இல்லாவிட்டால் அது என்மீது பாய்ந்து விடும் என்று சொன்னாள். எனவே நான் விளக்கை எடுத்துக் கொண்டேன். குதிகால்களால் சுவரையொட்டி நடந்து வாஷ்பேஷினை நெருங்கினேன். அங்கிருந்து பிரஷ், சோப்புக் கட்டி மற்றும் சோப்பு டப்பாவின் மூடி ஆகியவற்றை எடுத்து விட்டெறிந்தேன். கடைசியாக சோப்புப் பெட்டி அதைத் தாக்க, கம்பளி உருண்டையைப் போல் அது சுருண்டது. நடந்ததை அப்பாவிடம் சொல்ல வேண்டாம் என்று கேட்டுக்கொண்டாள். நேரம் கழித்து வாசிப்பதோ வேலை செய்வதோ அப்பாவிற்குப் பிடிக்காது. அவ்விடம் விட்டு அவள் நகர்ந்த பிற்பாடு என்னுடைய ஷூவின் அடிக்கட்டையால் சிலந்தியை நசுக்கினேன். பிறகு விளக்கை அணைக்காமலேயே படுக்கையில் சரிந்தேன். நல்ல உறக்கத்தில் பாதத்தில் ஏதோ ஊர்வது போல் நமைச்சல் எடுக்க, சிலந்தி நினைவிற்கு வர, படுக்கையிலிருந்து மீண்டும் துள்ளி எழுந்தேன்.

காலையில் வயோதிகர் சிலந்தியின் பொருட்டு மன்னிப்பு கேட்டு வந்தார். அவருடைய மகள் எல்லாவற்றையும் அவரிடம் சொல்லி இருக்க வேண்டும். நான் அதைப் பொருட்படுத்தவில்லை என்று தெரிவித்துவிட்டுப் பேச்சை மாற்ற, அருகிலுள்ள நகரத்தில் நிகழவிருக்கும் என்னுடைய இசை நிகழ்ச்சியைப் பற்றிப் பேசினேன். அதை அவர் என்னுடைய விடை பெறுதலுக்கான ஆயத்தமாக நினைத்துக்கொண்டார். நிகழ்ச்சி முடிந்ததும் திரும்பி வருவதாக அவருக்கு நான் வாக்குறுதி அளிக்க வேண்டியதாயிற்று.

நாங்கள் பிரிந்ததால் அவள் என் கையை முத்தமிடுவதை என்னால் தடுக்க முடியவில்லை. எனக்கு என்ன செய்வதென்று தெரியவில்லை. அந்த வயோதிகர் என்னை ஆரத் தழுவ,

திடீரென்று என் காதருகில் அவருடைய முத்தத்தை உணரமுடிந்தது.

நான் ஒரு இசைநிகழ்ச்சிக்கும் போகவில்லை. ஒரு சில தினங்களுக்குப் பிறகு வயோதிகரிடமிருந்து எனக்கு ஒரு அழைப்பு வந்தது. ஓரிரு வார்த்தைகளுக்குப் பிறகு அவர் சொன்னார்:

"உங்களுடைய வருகை இங்கு தேவைப்படுகிறது."

'ஏதாவது அசம்பாவிதமா?"

"மிக மோசமான விஷயம் ஒன்று நடந்துவிட்டது."

"உங்கள் மகளுக்கு ஏதேனும்?"

"இல்லை."

"தாமரிந்தாவிற்கு?"

"இல்லை. இல்லை. இப்போது என்னால் சொல்ல முடியாது. உங்களால் உங்கள் கச்சேரியைத் தள்ளி வைக்க முடியுமென்றால் நாலு மணி டிரெயினைப் பிடியுங்கள். உங்களைத் திரையரங்கிலுள்ள விடுதியில் சந்திக்கிறேன்."

"உங்கள் மகள் நலமாக இருக்கிறார்கள்தானே?"

"அவள் படுக்கையில் கிடக்கிறாள். ஆரோக்கியத்திற்கு ஒன்றும் குறையில்லை. ஆனால் எழுந்து கொள்ளவோ சூரியோதயத்தைப் பார்க்கவோ மறுக்கிறாள். ஒரு குட்டி விளக்கு மட்டும் எரிகிறது. எல்லா குடைகளையும் மடித்து வைத்துவிட்டாள்."

"சரி, நான் வந்துவிடுகிறேன்."

திரையரங்கில் இருந்த விடுதியில் இரைச்சல் மிகுந்திருந்தது. நாங்கள் ஓரிடம் ஒதுங்கினோம். வயோதிகர் மிகவும் சோர்ந்திருந்தார். என்னுடைய வார்த்தைகள் வழியாக ஏதேனும் ஒரு நம்பிக்கையைப் பற்றிக்கொள்ள முடியாதா என்று ஏங்கினார்.

வழக்கமாக நாங்கள் அருந்தும் மதுவிற்கு ஆர்டர் கொடுத்துவிட்டு அவர் பேச்சைத் தொடங்கினார். நேற்று கடும் புயல் வீசியது. உணவறையில் நாங்கள் உட்கார்ந்திருந்தபோது ஏதோ சடசடவென்று முறியும் சப்தம். நாங்கள் சட்டென்று

புரிந்து கொண்டோம். அது புயல் அல்ல. என்னுடைய மகள் அறையை விட்டு ஓட நான் பின்தொடர்ந்தேன். ஓடிப்போய் பார்த்தபோது அவள் பால்கனிக்குப் போகும் கதவைத்திறந்து விட்டாள். வானத்தில் இடியும் மின்னலும் வெட்டியதை அவள் பார்த்தாள். காற்றின் அசாத்திய வேகம். கைகளால் கண்களைப் பொத்திக்கொண்டு மயங்கி விழுந்தாள்.

"மின்னல் அவளைத் தாக்கிவிட்டதா?"

"இல்லை நண்பரே. இன்னுமா நீங்கள் புரிந்து கொள்ளவில்லை?"

"என்ன?"

"நாங்கள் எங்கள் பால்கனியை இழந்துவிட்டோம். அது இடிந்து விழுந்துவிட்டது. அவள் பார்த்தது இடியோ மின்னலையோ அல்ல..."

"ஆனால் பால்கனி..."

மேற்கொண்டு ஏதும் பேசாமல் இருப்பது நல்லது எனத் தோன்றியது. நடந்து முடிந்த விஷயங்கள் பற்றி அவளோடு பேச வேண்டாம் என்று கேட்டுக்கொண்டார். என்னால் என்ன செய்ய முடியும்? அந்த வயோதிகர் என்மீது மிகுந்த நம்பிக்கை வைத்திருக்கிறார். அவளோடு பேசி மகிழ்ந்த கதைகளையெல்லாம் நினைவுகூர்ந்தேன். அவளைச் சந்திக்கும்போது வேறு விஷயங்களைப் பற்றிப் பேச வேண்டும் என்று தீர்மானித்துக் கொண்டேன். குடைகள் இல்லாத வராண்டாவைப் பார்ப்பதற்குப் பரிதாபமாக இருந்தது.

அன்றிரவு எல்லோரும் மிகக் குறைவாக உணவு அருந்தினோம். உணவிற்குப் பிறகு வயோதிகர் என்னை அவருடைய மகளின் படுக்கையறைக்கு அழைத்துச் சென்றார். அவள் ஒரு வார்த்தைகூடப் பேசவில்லை. ஆனால் அவர் நகர்ந்த பிறகு, கதவைப் பார்த்து திரும்பிக்கொண்டு அவள் சொன்னாள்:

"பார்த்தீர்களா, அவர் நம்மை எப்படி விட்டுச் செல்கிறார் என்று?"

"ஆனால் என்னால் முடியாது... பால்கனிகள் வீழ்ந்துவிடாது."

"அவர் விழவில்லை. குதித்துவிட்டார்."

“எல்லாம் சரி. ஆனால்...”

“நான் அவரை நேசித்ததைப் போலவே அவரும் என்னை நேசித்தார். எனக்குத் தெரியும். ஏனெனில் அவர் அதை ஏற்கெனவே நிரூபித்திருக்கிறார்.”

தலையைத் தொங்கப் போட்டுக்கொண்டேன். நிகழப்போவதை எதிர்கொள்வதற்கான திராணியற்று அமர்ந்திருந்தேன். அவள் மனதில் மறைந்து கிடந்ததையெல்லாம் கொட்டத் துவங்கினாள். அவற்றை எப்படி வாங்கிக்கொள்வதென்றோ அல்லது அதையெல்லாம் என்ன செய்வதென்றோ எனக்குத் தெரியவில்லை. பரிதாபமான அந்தப் பெண் பேசத் தொடங்கினாள்:

“எல்லாம் என்னுடைய தவறு. உங்கள் அறைக்கு வந்தது அவருக்குப் பொறாமையை ஏற்படுத்தி இருக்கிறது.”

“நீங்கள் என்ன சொல்கிறீர்கள்?”

“யாரைப் பற்றிப் பேசுகிறேன் என்று நீங்கள் நினைக்கிறீர்கள்? பால்கனி பற்றி... என் பால்கனியைப் பற்றி.”

“அதைப் பற்றி அதிகம் பேசுகிறேனா? உங்களுக்குத் தெரியுமா, அதற்கு எத்தனை வயதாகிறது என்று. பல விஷயங்கள் காலப்போக்கில் உதிர்வது சகஜம்.”

அவள் என்னைக் கவனிக்கவில்லை. பேச்சைத் தொடர்ந்தாள்.

“அன்றிரவுதான் நான் அச்சம் பற்றியும் எச்சரிக்கை பற்றியும் புரிந்து கொண்டேன்.”

“இருக்கலாம். ஆனாலும் எதைப் பற்றி...?”

“என்னைப் பயமுறுத்தியது யார் என்று உங்களுக்கு நினைவு இல்லையா? என்னை வெறித்துப் பார்த்தபடி, என்மேல் பாய்ந்து விடுவேன் என்று மிரட்டிய அந்த மயிரடர்ந்த மூன்று கால்களை உங்களுக்கு நினைவில்லையா?”

“ஆம். அதுதான் எல்லாவற்றுக்கும் காரணம்.”

அவள் என்னை ஏறிட்டுப் பார்த்தாள். பிறகு உடுத்தியிருந்த உடையைக் கழற்றி எறிந்துவிட்டு இரவுடையோடு படுக்கையில் உட்கார்ந்தாள். பால்கனியின் கதவை வெறித்துப் பார்த்தபடியே அவள் நகர்ந்ததைப் பார்த்தபோது அவள் குதித்துவிடுவாளோ என்று பயந்தேன். அவளை நெருங்க முயன்றேன். அவள்

இரவுடையில் இருந்தது எனக்கு ஒருவித சங்கோஜத்தை ஏற்படுத்தியது. நான் சற்றுத் தயங்க அவள் நடையை மாற்றிப் போட்டாள். இப்போது அவள் கதவருகில் இருந்த திறந்த கூடத்திற்குள் நுழைந்தாள். அங்கு ஒரு குட்டி மேஜை போடப்பட்டிருந்தது. அவள் மேஜையை நெருங்குவதற்கு முன், நான் கருநிற வழவழ அட்டை போட்ட குறிப்புப் புத்தகம் ஒன்று அதன் மேல் வைக்கப்பட்டிருந்ததைக் கவனித்தேன். அந்தப் புத்தகத்திலிருந்துதான் அவள் கவிதைகளை எடுத்து வாசித்தாள். நாற்காலியில் உட்கார்ந்தவள், புத்தகத்தைப் பிரித்துக் கவிதையை வாசிக்கத் தொடங்கினாள்:

"அவனுடைய விதவையிடமிருந்து
ஒரு பால்கனிக்கு..."

கேப்ரியல் கார்ஸியா மார்க்வெஸ்

இருபதாம் நூற்றாண்டின் மிகச் சிறந்த நாவலாசிரியர்களில் ஒருவரான கேப்ரியல் கார்ஸியா மார்க்வெஸ் கொலம்பியாவிலுள்ள அரக்கான்டா நகரில் 1928 ஆம் ஆண்டு பிறந்தார். இலக்கியத்துக்கான நோபல் பரிசை 1982 ஆம் ஆண்டு பெற்றார். இவருடைய பிரசித்தி பெற்ற சிறுகதைத் தொகுதிகளின் Quwisoit No one writes to the Calonel and Other Stories (1968), Leaf Storm and Other Stories (1972), Innocent Erendira and Other Stories (1978). இங்கு பிரசுரமாகியுள்ள இச்சிறுகதைகள் Collected Storeis of Gabriel Garcia Marquez என்னும் தொகுப்பிலிருந்து தேர்ந்தெடுக்கப்பட்டுள்ளது. இக்கதைகளை ஆங்கிலத்தில் மொழிபெயர்த்தவர்கள் Gregory Rabassa மற்றும் J.S. Bernstein.

இவ்வாறான நாட்களில்...

திங்கட்கிழமை மழையோ வெயிலோ இல்லாமல் விடிந்தது. அதிகாலையிலேயே விழித்தெழும், பட்டம் எதுவும் பெற்றிராத பல் மருத்துவனான அவ்ரலினோ எஸ்கோபார் அவனுடைய அலுவலகத்தை ஆறு மணிக்குத் திறந்தான். பிளாஸ்டிக் மோல்ட் சட்டகத்தில் நிறுத்தி வைக்கப்பட்டிருந்த சில செயற்கைப் பற்களைக் கண்ணாடிக் குடுவையிலிருந்து எடுத்து மேஜை மேல் பரப்பினான். கைக்கு அடக்கமான அந்தக் கருவிகள் அளவு வாரியாக அடுக்கப்பட்டிருந்த விதம் பார்வைக்கு வைக்கப்பட்டது போல் காட்சியளித்தது. எஸ்கோபார் கழுத்து இல்லாத கோடிட்ட சட்டை அணிந்திருந்தான். கழுத்துக்கு அருகிலுள்ள பித்தான் தங்கத்தில் வேயப்பட்டிருந்தது. கால்சராய்களைத் தோள்பட்டைக்கச்சை தாங்கிப்பிடித்திருந்தது. உயரமாகவும் எலும்பும் தோலுமாகவும் இருந்தவனின் பார்வை, சூழலோடு பொருந்தாமல் காது கேளாதவனின் பார்வையை ஒத்திருந்தது.

மேஜையிலிருந்த உபகரணங்களையெல்லாம் ஒழுங்கு செய்த பிறகு, துளையிடும் கருவியை, பல் சிகிச்சை செய்யும் நாற்காலியைப் பார்த்து இழுத்துவிட்டபடி செயற்கைப் பல்லை மெருகேற்றத் தொடங்கினான். அவனைப் பார்த்தபோது அவன் மேற்கொண்டிருக்கும் செயலைப் பற்றி யோசிக்காதவன் போல் காட்சியளித்தான். இருந்தபோதும் துளையிடும் கருவியை, காலால் இயக்கியபடி வேலையைச் சீராகத் தொடர்ந்தான். எட்டு மணி ஆனபோது வேலையைக் கொஞ்சம் நிறுத்தியவன், ஜன்னலினூடாக வானத்தைப் பார்த்தான். யோசனையில் மூழ்கிய இரண்டு பருந்துகள் பக்கத்து வீட்டுக் கூரை முகட்டில்

சிறகுகளை உலர்த்திக்கொண்டிருந்தன. மதியச் சாப்பாட்டுக்கு முன் மீண்டும் மழை பெய்யலாம் என்று யோசித்தவன் மீண்டும் வேலையில் ஈடுபடத் துவங்கினான். அவனுடைய சிந்தனையை அவனுடைய பதினோரு வயது மகனின் குரல் கலைத்தது.

"அப்பா "

"என்ன?"

"மேயர், அவருடைய பல்லுக்கு நீங்கள் சிகிச்சை அளிப்பீர்களா என்று தெரிந்துகொள்ள விரும்புகிறார்."

"நான் இங்கில்லை என்று சொல்."

ஒரு தங்கப் பல்லை மெருகேற்றத் தொடங்கினான். கண்களைப் பாதி மூடியவாறு அதைக் கைக்கெட்டும் தூரத்தில் நிறுத்தி ஆராய்ந்தான். சின்ன வரவேற்பறையிலிருந்து அவனுடைய மகன் மீண்டும் கூச்சலிட்டான்.

"நீங்கள் இருப்பது அவருக்குத் தெரியுமாம். உங்களுடைய குரலைக்கூட கேட்க முடிகிறதாம்."

மருத்துவன் பல்லைத் தொடர்ந்து ஆராய்ந்து கொண்டிருந்தான். வேலையை முடித்து அதை மேஜையில் வைத்தபோது சொன்னான்: "அப்படியா மிகவும் நல்லது." துளையிடும் கருவியை மீண்டும் இயக்கினான். அட்டைப் பெட்டியிலிருந்து சில மரத்துண்டுகளை எடுத்து வெளியில் வைத்தான். தொடர்ச்சியாக வேலை இருக்கும் சமயத்தில் உபகரணங்களை அந்தப் பெட்டியில் வைப்பது அவனுடைய வழக்கம். தங்கத்தை மீண்டும் மெருகேற்றத் தொடங்கினான்...

"அப்பா"

"என்ன?"

அவனுடைய முகபாவத்தை அப்போதும் அவன் மாற்றிக்கொள்ளவில்லை.

"அவருடைய பல்லுக்குச் சிகிச்சை அளிக்க மறுத்தால் உங்களைச் சுட்டுக் கொல்ல வேண்டியிருக்கும் என்று சொல்கிறார்."

ஒரு கணம் எவ்விதப் பரபரப்பும் இல்லாத அசாத்திய மௌனம் நிலவியது. இயங்கிக்கொண்டிருந்த கருவியை

நிறுத்தினான். நாற்காலியிலிருந்து கருவியை எட்டத் தள்ளிவைத்துவிட்டு, மேஜையின் கீழ் இழுப்பறையை முழுவதுமாகத் திறந்தான். அங்கு ஒரு துப்பாக்கி இருந்தது.

"சரி, வந்து சுட்டுக் கொல்லலாம் என்று சொல்."

நாற்காலியை உருட்டிக் கதவிற்கு அருகில் நிறுத்தினான். இழுப்பறையின் ஓரத்தில் அவனுடைய கரம் ஓய்வெடுத்தது. மேயர் கதவருகில் தோன்றினார். முகத்தின் இடப்புறத்தைச் சவரம் செய்திருந்தார். மறுபுறமோ ஐந்து நாட்கள் வளர்ந்த தாடியோடு வீங்கியிருந்தது. சோர்வுற்ற அவருடைய கண்களில் பல இரவுகளாக அனுபவித்த வேதனையை மருத்துவன் பார்த்தான். விரல் நுனியால் இழுப்பறையை மூடியவன் அமைதியாகச் சொன்னான்:

"உட்காருங்கள்."

"காலை வணக்கம்" என்றார் மேயர்.

"வணக்கம்" என்றான் மருத்துவன்.

கருவிகள் கொதித்துக் கொண்டிருந்தபோது நாற்காலியின் தலைமாட்டில் அவருடைய தலையைச் சரித்தவர் சற்று சௌகரியமாக உணர்ந்தார். சுவாசம் குளிர்ந்தோடிக் கிடந்தது. பழைய மர நாற்காலி, துளையிடும் கருவி, வேதியியல் பொருட்கள் நிரம்பிய கண்ணாடிக் குவளைகள். ஒரு எளிய மருத்துவ அறை அது. இருக்கைக்கு எதிரில் இருந்த ஜன்னலில் ஒரு பெரிய திரைச்சீலை தொங்கிக் கொண்டிருந்தது. மருத்துவனின் அணுகுமுறையைப் பார்த்த மேயர், நாற்காலியில் நன்கு சாய்ந்து அமர்ந்து கொண்டார். மெதுவாக வாயைத் திறந்தார். அவ்ரலினோ எஸ்கோபார் விளக்கை நோக்கி அவருடைய தலையைத் திருப்பினான். பாதிக்கப்பட்டிருந்த பல்லை ஆராய்ந்தவன் மேயரின் தாடையை விரல்களால் அழுத்தி மூடினான்.

"மயக்க மருந்து இல்லாமல்தான் சிகிச்சை மேற்கொள்ளப்படும்" என்றான்.

"ஏன்?"

"ஏன் என்றால் உங்களுக்குச் சீழ் கட்டியிருக்கிறது."

மேயர் மருத்துவனின் கண்களை உற்றுப் பார்த்தார். 'சரி' என்று கூறி புன்னகைக்க முயன்றார். மருத்துவன்

லத்தீன் அமெரிக்கச் சிறுகதைகள்

சிரிக்கவில்லை. சுத்திகரிக்கப்பட்ட கருவிகளை அவன் பணி மேஜைக்கு எடுத்து வந்தான். அவற்றைத் தண்ணீரிலிருந்து, குளிர்ந்த ஒரு ஜோடி இடுக்கிகளைக் கொண்டு வெளியில் எடுத்தான். யாவும் எவ்விதப் பரபரப்பும் இல்லாமல் நிதானமாக நிகழ்ந்தன. ஷூவின் முனையால் நிலக்கூம்பைத் தள்ளிவிட்டவன், கைகளைக் கழுவுவதற்காகத் தண்ணீர் தொட்டியைப் பார்த்து நடந்தான். யாவற்றையும் மேயரைப் பார்க்காமல் மருத்துவன் நிகழ்த்தினான். ஆனால் மேயரோ அவன் மேலிருந்த கண்களைச் சிறிதும் அகற்றவில்லை.

அது ஒரு கீழ்வரிசை கடைவாய்ப் பல். கால்களை அகற்றியபடி நின்று கொண்டிருந்த பல் மருத்துவன் பல்லைச் சூடான இடுக்கியால் பிடித்தான். நாற்காலியின் கைகளைப் பற்றியபடி மேயர் பாதத்தில் எல்லா பலத்தையும் தாங்கிய போது குளிர்ந்த வெறுமையொன்றைக் கல்லீரலில் உணர்ந்தார். ஆனால் சிறு சப்தத்தைக் கூட அவர் எழுப்பவில்லை. மருத்துவன் மணிக்கட்டை மட்டுமே அசைத்தான். எந்தவிதக் கோபமும் இல்லாமல் உறுதியான, கசப்பேறிய, மென்மையோடிய குரலில் சொன்னான்: "இப்போது எங்களுடைய இருபது மனிதர்களின் மரணத்திற்கு நீங்கள் விலை கொடுப்பீர்கள்."

தாடையில் எலும்புகள் நொறுங்குவதை மேயர் உணர்ந்தார். கண்கள் கண்ணீரால் நிறைந்து வழிந்தன. பிறகு கண்ணீரின் ஊடாக அவருடைய வேதனையோடு தொடர்பில்லாமல் காட்சியளித்த அந்தப் பல்லை அவர் பார்த்தார். கடந்த ஐந்து இரவுகளாக அது அளித்த சித்ரவதையை அவரால் புரிந்து கொள்ள முடியவில்லை. வியர்த்து விறுவிறுத்து மூச்சுத் திணறிய அவர், சட்டைக் கையைத் தளர்த்தி விட்டுக்கொண்டார். பேண்ட்டில் கைக்குட்டையைத் தேடினார். பல் மருத்துவன் சுத்தமான துணியை அவருக்குக் கொடுத்தான்.

"கண்ணீரைத் துடைத்துக்கொள்ளுங்கள்."

மருத்துவன் சொல்லிற்கு மேயர் கீழ்ப்படிந்தார். உடல் நடுங்கியது. மருத்துவன் கை கழுவிக் கொண்டிருந்தபோது, சிதிலமாகிவிட்ட கூரையை, அதில் வீடு கட்டியிருந்த சிலந்தியை, அதன் முட்டைகளை மற்றும் அங்கு இறந்து கிடந்த பூச்சிகளை அவர் கவனித்தார். கைகளைத் துடைத்துக் கொண்டு திரும்பிய மருத்துவன், "போய் ஓய்வெடுங்கள்" என்று சொன்னான். "வாய் கழுவ உப்புத் தண்ணீரைப் பயன் படுத்துங்கள்."

மேயர் எழுந்து கொண்டார். ராணுவ முறையில் வணக்கம் செலுத்திவிட்டு வழக்கம் போல் விடைபெற்றுக் கொண்டார். சட்டைப் பித்தான்களைப் போடாமல் கால்களை அகற்றியபடி கதவை நோக்கி நடக்கத் தொடங்கினார்.

"பில்லை அனுப்பு."

"உங்களுக்கா அல்லது நகராட்சிக்கா?"

மேயர், மருத்துவமனையைத் திரும்பிப் பார்க்கவில்லை. கதவைச் சாத்தியவர் திரைச்சீலையினூடாகச் சொன்னார்:
"எல்லா இழவும் ஒன்றுதான்."

●

யாரோ இந்த ரோஜாக்களைக் கலைத்துக்கொண்டே இருக்கிறார்கள்

இன்று ஞாயிற்றுக்கிழமை என்பதாலும் மழை நின்றுவிட்டதாலும் ரோஜாப் பூங்கொத்தொன்றை என் கல்லறைக்கு எடுத்துச் செல்ல வேண்டும் என்று நினைத்தேன். பலிபீடத்தையும் மலர் வளையங்களையும் அலங்கரிக்க உதவும் பொருட்டு சிகப்பு மற்றும் வெள்ளை நிற ரோஜாக்களை அவள் வளர்த்தாள். மௌனமாக விழுந்து கொண்டிருந்த அடர்பனிக் காலையிலேயே துயரம் கவிந்த மனநிலையை உருவாக்கியதோடு நகர மக்கள் கைவிட்ட, மரித்தவர்களின் சிதைமேட்டை என் ஞாபகத்தில் எழுப்பியது. அவ்விடமோ மரங்களற்ற வெற்றுப் பிரதேசமாகக் காட்சியளித்தது. காற்று கடந்து சென்ற பிறகு தூசிகள் மீண்டும் அங்கு படியும். இப்போது மழை நின்று விட்டது. நண்பகல் சூரியன் சேறும் சகதியுமான சரிவை ஏறக்குறைய கெட்டிப்படுத்த, நான் கல்லறைக்குச் செல்வேன். அங்குதான் வேர்களுக்கும் நத்தைகளுக்கும் இடையில் என் குழந்தையின் உடல் ஓய்வெடுக்கிறது.

புனிதர்களின் முன் அவள் மண்டியிட்டாள். முதன்முறையாக, பீடத்தை நெருங்கி பிரகாசமான அன்றலர்ந்த ரோஜாக்களை நான் பறிக்க முயற்சித்து, அம்முயற்சியில் தோற்று அறையில் உலவுவதை நிறுத்தியபோது, அவள் ஏதோ யோசனையில் ஆழ்ந்திருந்ததைக் கவனித்தேன். ஒருவேளை இன்று என்னால் அதைச் சாதிக்க முடியும். ஆனால் அன்று, அந்தக் குட்டி விளக்கு கண் சிமிட்டியது. பரவசத்திலிருந்து விடுபட்ட அவள் தலையுயர்த்தி அம்மூலையைப் பார்த்தாள். அங்குதான் அந்த நாற்காலி கிடந்தது. அவள் நினைத்திருப்பாள். மீண்டும் இது காற்றுதான். அவள் நினைத்தது சரியே. பீடத்தின் அருகில்

எதுவோ கிறீச்சிட்டது. தளம் பெயர்ந்தாற்போல் உறைந்த நினைவுகள் நிறைந்த அந்த அறை ஒரு கணம் அதிர்ந்து அடங்கியது. பிறகு, ரோஜாக்களை அடைய பிறிதொரு சந்தர்ப்பத்துக்காகக் காத்திருப்பதைத் தவிர வேறு வழியில்லை என்பது எனக்குப் புரிந்தது. காரணம், அவள் விழித்திருந்ததோடு நாற்காலியை உற்றுப் பார்த்தபடி உட்கார்ந்திருந்தாள். மேலும் அவளுடைய முகத்தருகே என் கைகள் நகர்வதை அவள் உணர்ந்திருக்க வேண்டும். இப்போது அறையை விட்டு அவள் வெளியேறும் தருணத்திற்காக, மற்றொரு அறைக்குள் நுழைந்து, மாறாத, அளவான ஞாயிற்றுக்கிழமை மதிய தூக்கத்தில் அவள் அமிழ்வதற்காக நான் காத்துக் கொண்டிருக்கிறேன். பிறகு ரோஜாக்களோடு நான் வெளியேறுவதோடு, அவள் இவ்வறைக்குத் திரும்பி இந்நாற்காலியை உற்றுப் பார்ப்பதற்கு முன், அறைக்குத் திரும்பிவிடுவேன்.

கடந்த ஞாயிறு மிகக் கடினமாகக் கழிந்தது. அவள் மகிழ்ச்சியான மனநிலைக்குத் திரும்ப ஏறக்குறைய இரண்டு மணி நேரம் பிடித்தது. அது மட்டுக்கும் காத்திருந்தேன். சட்டென்று வீட்டில் தனிமை குறைந்ததை உணர்ந்தாள். அவள் கடும் வேதனையால் அலைக்கழிக்கப்பட்டவளைப் போல் அமைதி இழந்ததோடு, ஏதோ யோசனையில் மூழ்கியவளைப் போல் அவள் தோற்றமளித்தாள். பீடத்தில் ரோஜா பூங்கொத்தை விட்டுச் செல்வதற்கு முன் அறைக்குள் பல முறை அவள் சுற்றி வந்து கொண்டே இருந்தாள். தாழ்வாரத்தில் நுழைந்தவள், திடீரென்று திரும்பி அடுத்த அறைக்குள் நுழைந்தாள். அவள் விளக்கைத்தான் தேடுகிறாள் என்று எனக்குத் தெரியும். சற்று நேரம் கழித்து, அவள் கதவைக் கடந்து சென்றபோது கூடத்தின் வெளிச்சத்தில் அவளைப் பார்த்தேன். சிறிய ஜாக்கெட்டும் வெளிர் சிகப்பில் காலுறையும் அணிந்திருந்தாள். அதைப் பார்த்தபோது நாற்பது வருடங்களுக்கு முன் இதே அறையில் என் படுக்கையில் படுத்தவாறு, "அவர்கள் பல் குச்சிகளைப் போட்டுவிட்டார்கள், உன் கண்கள் ஏன் வெறித்துப் பார்க்கின்றன?" என்று சொன்ன அதே பெண்ணைப் போலவே இவளும் எனக்குத் தோற்றமளித்தாள். இவள் அவளேதான். காலம் நகரவே இல்லை. அந்தத் தொலைதூர ஆகஸ்ட் மாத மதியத்தில் பெண்கள் அவளை அறைக்குள் அழைத்து வந்து சடலத்தைக் காட்டி இப்படிச் சொன்னார்கள்: "அழுதுவிடு, இவனும் உனக்கு சகோதரன்தான்." அவளும் மழையில்

நன்கு நனைந்தவளைப் போல அதற்குக் கீழ்படிந்து, சுவற்றில் சாய்ந்து அழுதாள்.

மூன்று நான்கு ஞாயிற்றுக்கிழமைகளாகவே ரோஜாக்களை நான் எடுக்க முயற்சி செய்தேன். ஆனால் அவளோ கடந்த இருபது வருடத்தில் அவ்வீட்டில் நான் ஒருபோதும் பார்த்திராத பயம் கலந்த சுறுசுறுப்போடு பீடத்திலிருந்த ரோஜாக்களைக் கண்காணித்துக்கொண்டு இருந்தாள். கடந்த ஞாயிற்றுக்கிழமை விளக்கு வாங்குவதற்காக அவள் வெளியில் சென்றபோது, நான் நல்ல ரோஜாக்களை மட்டும் தேர்ந்தெடுத்துச் சிறந்த ரோஜாப் பூங்கொத்தொன்றை உருவாக்க முயன்றேன். சட்டென்று என் ஆசையைப் பூர்த்தி செய்து கொண்டேன். ஆனால் நான் நாற்காலிக்குத் திரும்ப உத்தேசித்தபோது தாழ்வாரத்தில் அவளுடைய காலடிகளைச் செவிமடுத்தேன். பீடத்திலிருந்த ரோஜாக்களை வேகமாகத் திருத்தி அமைத்தேன். விளக்கை உயர்த்திப் பிடித்தபடி வாயிற்படியில் அவள் தோன்றினாள்.

சிறிய கருப்பு நிற ஜாக்கெட்டும், வெளிர் சிகப்பு நிற காலுறையும் அவள் அணிந்திருந்தாள். ஆனால் அவளுடைய முகத்தில் ஏதோவொன்று பிரகாசித்தது. இருபது வருடங்களாகத் தோட்டத்தில் ரோஜாச் செடிகள் வளர்த்தவளைப் போல் அவள் தோற்றமளிக்கவில்லை. மாறாக, ஆகஸ்ட் மாத மதியத்தில் அழைத்து வரப்பட்ட அந்தக் குழந்தையைப் போல் அவள் தோற்றமளித்தாள். ஒரு விளக்கோடு வெளிப்பட்ட அவளைப் பார்த்தபோது அறைக்குள் நுழைந்து துணிகளைக் களைந்து வேறொரு உடைக்கு அவள் மாறுவதைப் போல் உடல் பருத்து, முதிர்ந்து மாறியிருந்ததைப் பார்த்தேன். நாற்பது வருடங்களைக் கழித்த முதியவளைப் போல் அவள் தோற்றமளித்தாள்.

என் ஷூக்கள் நாற்பது வருடங்களாக அவிந்த அடுப்பின் அருகில் கிடந்தும், அன்றைய மதியம் படிந்த களிமண் அதில் இன்னமும் ஒட்டிக்கொண்டு கிடக்கிறது. அதை எடுக்க ஒரு நாள் அங்கு போனேன். அது, அவர்கள் கற்றாழைச் செடியை வாசலில் இருந்து நகர்த்திவிட்டு ரொட்டி சாப்பிட்டபடியே மேஜை நாற்காலிகளை எல்லாம் எடுத்துக் கொண்டு கதவைச் சாத்திவிட்டு போயிருந்தார்கள். இந்நேரம் வரை நான் உட்கார உதவிய மூலை நாற்காலியைத் தவிர மற்றெல்லாவற்றையும் அவர்கள் எடுத்துக்கொண்டு போய் இருந்தார்கள். ஷூக்களை மட்டும் உலர்வதற்காக வெளியே

வைத்திருந்தார்கள் என்று எனக்குத் தெரியும். வீட்டை அவர்கள் கை துறந்துவிட்டுப் போனபோது அதை அவர்கள் நினைத்துக்கூடப் பார்க்கவில்லை. அதனால்தான் அந்த ஷூக்களை எடுக்கச் சென்றேன்.

பல வருடங்களுக்குப் பிறகு அவள் திரும்பினாள். காலம் பல கடந்து விட்டதால் அறையிலிருந்த கஸ்தூரி வாசனையோடு தூசியின் மணமும், புழுக்கமும், பூச்சிகளின் மெல்லிய சுவாசமும் கலந்துவிட்டிருந்தது. வீட்டின் மூலையில் தனியாக அமர்ந்தபடி நான் காத்திருந்தேன். மக்கிய மரக்கட்டைகளின் ஒலியை என்னால் எழுப்ப முடியும். நான் அத்திறன் கைவரப் பெற்றிருந்தேன். ஜன்னல்கள் சாத்தப்பட்ட படுக்கையறையிலிருந்த காற்றில் பழைய நெடி அடித்தது. அப்போதுதான் அவள் உள்ளே வந்தாள். கையில் பெட்டியோடு வாசலில் நின்றுகொண்டிருந்த அவளைப் பார்த்தபோது, பல வருடங்களாகக் கழற்றாத அதே சிறிய பருத்தி ஜாக்கெட்டையும், பழைய பச்சைத் தொப்பியுமே அவள் அணிந்திருக்கிறாள் என்று தோன்றியது. அவள் இன்னமும் சிறுமிதான். உடல் பருக்கத் தொடங்கவில்லை. காலுறைகளுக்கு அடியிலிருந்த கணுக்காலும் ஊதிப் பெருக்கவில்லை. ஆனால் இப்போது நிலை வேறு. அவள் கதவைத் திறந்தபோது தூசியும் சிலந்தி வலையும் என்னை மூடியிருந்தது. இருபது வருடங்களாக அறையில் எங்கோ இசைத்துக்கொண்டிருந்த சில்வண்டும் மௌனத்தில் வீழ்ந்தது. இதற்கிடையில், தூசிகளுக்கும் இச்சிலந்தி வலைகளுக்கும் இடையே, சில்வண்டின் திடீர் தயக்கமும் சேர, புதுயுகத்தின் புதிய வருகையில், புயல் வீசிய அந்த ஆகஸ்ட் மதியத்தில் என்னோடு சேர்ந்து தொழுவத்தில் கிடந்த கூடுகளைச் சேகரிக்கச் சென்ற சிறுமியை அவளில் நான் சட்டென்று அடையாளம் கண்டுகொண்டேன். வைக்கோல் மூடிய தொழுவத் தரையில் அண்ணாந்த முகத்தோடு, உடைந்த படிக்கட்டுகளில் கைப்பிடியைப் பற்றியபடி நான் நின்றிருந்ததை அவர்கள் கண்டுபிடித்தபோது, வாசலில் கையில் பெட்டியோடும் பச்சை நிறத் தொப்பியோடும் அவள் நின்ற விதம் திடீரென்று கூச்சலிடப் போவதைப் போல், முன்பு அவள் சொன்னதையே மீண்டும் சொல்லப் போவதைப் போல் எனக்குத் தோன்ற ஆரம்பித்தது. அவள் கதவைத் திறக்க கீல்கள் கிறீச்சிட்டன.

கூரையிலிருந்து குவியலாகத் தூசி கீழே விழுந்தது. அது கூரை முகட்டில் யாரோ சம்மட்டியால் அடிப்பதால் விழுவது போலிருந்தது. வாசலில் ஒரு கணம் தயங்கினாள். அறையின் பாதியைக் கடந்தவள், தூங்குபவரை எழுப்பும் யாருடையவோ குரலில் "பையா பையா!" என்று அழைத்தாள். நானோ நாற்காலியில் இறுக்கமாக, கால்களை நீட்டியபடி அசையாமல் உட்கார்ந்திருந்தேன்.

முதலில் அவள் அறையைப் பார்ப்பதற்குத்தான் வந்திருக்கிறாள் என்று நினைத்தேன். ஆனால் அவளோ வீட்டில் வசிக்கத் தொடங்கினாள். அவளுடைய வாசத்தால் அறையை நிரப்பினாள். அறையோ அவளுடைய பெட்டியைத் திறந்தால் வெளிப்படும் கஸ்தூரியின் வாசனையை ஒத்திருந்தது. மேஜை நாற்காலிகளையும், பெட்டியில் கிடந்த துணிமணிகளையும் பிற மனிதர்கள் அள்ளிச் சென்றிருந்தார்கள். அவளோ அறையின் வாசனையை மட்டும் எடுத்துச் சென்றாள். இருபது வருடம் கழித்து அதைத் திருப்பிக் கொண்டு வந்ததோடு, அவற்றின் இடத்தில் அதை வைத்து முன்பிருந்ததைப் போலவே ஒரு பீடத்தை மீண்டும் எழுப்பினாள். அவளுடைய இருப்பே காலமெனும் மாறாத தொழிற்சாலை அழித்ததை மீட்கப் போதுமானதாக இருந்தது. அதன்பிறகு அடுத்த அறையில் அவள் உண்பதும் உறங்குவதுமாக இருந்தபோதும் பகலை மௌனமாகப் புனிதர்களோடு உரையாடியபடி கதவுக்கு அருகிலிருக்கும் இவ்வறையில் பகலைக் கழிப்பதை வழக்கமாக்கிக் கொண்டாள்.

மதியங்களில் ஆடும் நாற்காலியில் உட்கார்ந்தபடி துணிகளைத் தைப்பாள். எவரேனும் ரோஜாப் பூங்கொத்தொன்றை வாங்க வந்தால், காசுகளை வாங்கி பெல்ட்டோடு இணைந்திருந்த கைக்குட்டையில் முடிந்து கொள்வாள். பின் தவறாமல் சொல்வாள்: "வலதுபுறத்தில் இருப்பதை எடுத்துக்கொள்ளுங்கள். இடதுபுறத்தில் இருப்பது புனிதர்களுக்கானது."

இருபது வருடங்களாக இப்படித்தான் ஆடும் நாற்காலியில் உட்கார்ந்தபடி ஆடிக்கொண்டே பொத்தலான துணிகளை நாற்காலியைப் பார்த்தபடி தைத்துக் கொண்டிருக்கிறாள்; எவ்வாறு எனில் இப்போதெல்லாம் அந்தச் சிறுவனை அவள் கவனித்துக்கொள்ளவில்லை என்கிற ரீதியில். ஆனால் குழந்தைப் பருவத்து மதியங்களை அவனோடுதான் அவள் பகிர்ந்துகொண்டாள். நோயுற்ற அந்தச் சிறுவனோ

அவனுடைய பாட்டிக்கு ஐந்து வயதாகும் சமயத்திலிருந்தே அந்த மூலையில் உட்கார்ந்து கொண்டிருக்கிறாள்.

இது எப்போது சாத்தியமென்றால், தலையை அவள் மீண்டும் தாழ்த்தும்போது அந்த ரோஜாக்களை என்னால் நெருங்க முடியும். இதைச் சமாளிக்க முடிந்தால் சிதைமேட்டிற்குச் சென்று அக்கல்லறையில் இந்த ரோஜாக்களை வைத்துவிட்டு என்னுடைய நாற்காலிக்குத் திரும்பி எல்லா அறையிலும் ஓசைகள் அற்றுப்போகும் நாளுக்காக, அவள் திரும்பி வர முடியாத ஒரு நாளுக்காகக் காத்திருக்கத் தொடங்குவேன்.

அன்று எல்லாவற்றிலும் ஒரு மாற்றம் நிகழும். ஏனெனில் பாழடைந்த வீட்டில் வசிக்கும் ரோஜாப்பூவிற்கும் பெண்ணைச் சிதைமேட்டிற்கு எடுத்துச் செல்ல நான்கு பேர் தேவை என்பதை எவரிடமாவது சொல்வதற்காக வீட்டை விட்டு மீண்டும் நான் வெளியேற வேண்டியிருக்கும்.

பிறகு என்றென்றைக்குமாக அந்த அறையில் நான் தனியாக வசிப்பேன். ஆனால் இன்னொரு வகையில் அவளுக்கு அமைதி கிட்டும். எப்படி எனில் ஒவ்வொரு ஞாயிற்றுக்கிழமையும் அவளுடைய பீடத்தை நெருங்கி ரோஜாக்களைக் கலைத்தது கண்ணுக்குப் புலனாகாத காற்றல்ல என்பதை அவள் அன்று புரிந்து கொள்வாள்.

●

இந்த நகரத்தில் திருடர்களே இல்லை

விடிந்து கொண்டிருந்தபோது அறைக்குத் திரும்பினான் டாம்சொ. ஆறு மாத கர்ப்பமாக இருந்த அவனுடைய மனைவி ஆனா, உடையைக்கூடக் களையாமல் ஷூக்கள் அணிந்தவாறு படுக்கையில் உட்கார்ந்தபடி, அவனுக்காகக் காத்திருந்தாள் எண்ணெய் விளக்கு அணையும் தறுவாயில்! இருந்தது. இரவு முழுவதும், ஒவ்வொரு நிமிடமும் அவனை எதிர்பார்த்து அவள் காத்திருந்தாள். இப்போது, அவளுக்கு முன் நின்றுகொண்டிருக்கிற அவனை அவளால் பார்க்க முடிந்த பிறகும், அவள் அசையாது அவனுக்காகத்தான் காத்துக் கொண்டிருக்கிறாள் என்பதை டாம்சொ புரிந்து கொண்டான். அவளைக் கையமர்த்தும் சைகை ஒன்றை வெளிப்படுத்தினான். அவளிடமிருந்து அதற்குப் பதிலில்லை. பீதியுற்றிருந்த அவளுடைய கண்கள் அவன் கையிலிருந்த மூட்டையில் நிலைத்திருந்தன. உதடுகளை இறுக மூடிக்கொண்டாள், உடல் நடுங்கத் தொடங்கியது. முரட்டுத்தனமாக அவளுடைய உள்ளாடையைப் பற்றி அவளை டாம்சொ தூக்கினான். அவனிடமிருந்து கெட்ட வாசனை அடித்தது.

ஏறக்குறைய தன்னை முழுமையாகத் தூக்குவதற்கு ஆனா அவனை அனுமதித்தாள். பிறகு, அவளுடைய முழு பாரத்தையும் தன் கணவனுடைய கட்டமிடப்பட்ட சிவப்புநிற நாரியல் சட்டையின் மேல் சரித்தவள், அவனுடைய இடுப்பைக் கட்டிக்கொண்டு ஆசுவாசம் அடையும் மட்டும் அழுதாள்.

"உட்கார்ந்தபடியே தூங்கிவிட்டேன்" என்றாள் அவள். "திடீரென்று கதவைத் தள்ளிக் கொண்டு ரத்தம் ஒழுக நீ உள்ளே வருகிறாய்." டாம்சொ ஒன்றும் பேசாமல் அவளைச்

சற்று தள்ளி நிறுத்தினான். மீண்டும் அவளைப் படுக்கையில் உட்கார வைத்தான். பிறகு பொட்டலத்தை அவளுடைய மடியில் போட்டுவிட்டு, சிறுநீர் கழிக்க முற்றத்திற்குப் போனான். அவள் பொட்டலத்தைப் பிரித்தபோது அதில் அடிபட்டுத் தேய்ந்து வெளிறிப் போயிருந்த மூன்று பில்லியர்ட்ஸ் பந்துகள் இருப்பதைப் பார்த்தாள். இரண்டு வெள்ளை; ஒன்று சிகப்பு.

டாம்சொ அறைக்குத் திரும்பியபோது, அவள் ஆழ்ந்த யோசனையில் மூழ்கியிருந்ததைப் பார்த்தான்.

"என்ன இது?" என்று ஆனா கேட்டாள்.

அவன் தோள்களைக் குலுக்கினான்.

"பில்லியர்ட்ஸ் விளையாட."

அவன் அதை மீண்டும் பொட்டலம் கட்டி கைவிளக்கு, கத்தி, வீட்டுச் சாவி போன்ற சாமான்கள் கிடந்த பெட்டிக்கு அடியில் போட்டான். ஆனா உடை எதையும் களையாமல் சுவரைப் பார்த்தபடி திரும்பிப் படுத்துக்கொண்டாள். டாம்சொ அவனுடைய கால்சராயை மட்டும் கழற்றிவிட்டுப் படுக்கையில் சரிந்தான். சிகரெட் புகைத்தபடி, ஆனா விழித்துக் கொண்டிருக்கிறாள் என்பதை உணரும் வரை அவனுடைய சாகசங்களின் சுவடுகளை விடிகாலைப் பொழுதின் சலசலப்பொலிகளினூடே நினைவுகூர முயன்றான்.

"என்ன யோசித்துக் கொண்டிருக்கிறாய்?"

"ஒன்றுமில்லை" என்றாள் அவள்.

அவளுடைய கீச்சுக்குரல் கடும் கோபத்தின் காரணமாக சத்தமாக ஒலித்தது. டாம்சொ சிகரெட்டை ஒருமுறை கடைசியாக இழுத்துவிட்டு அதன் முனையைத் தரையில் தேய்த்தான்.

"அங்கு ஒன்றுமேயில்லை "என்றான் பெருமூச்சு விட்டபடி. "ஏறக்குறைய ஒரு மணி நேரம் உள்ளே இருந்திருப்பேன்."

"அவர்கள் உன்னைச் சுட்டுக்கொன்றிருப்பார்கள்."

டாம்சொ நடுங்கினான். மணிக்கட்டால் படுக்கையிலிருந்த மரச்சட்டத்தைக் குத்தியவன், "சே இழவு!" என்றான். சிகரெட்டும், தீப்பெட்டியும் இருக்கிறதா என்று தரையைத் துழாவிப் பார்த்தான்.

“ஒரு கழுதையைப் போல் நடந்துகொள்கிறாய்” என்றாள் ஆனா. “தெருவில் சப்தம் கேட்கும் போதெல்லாம் உன்னைப் பிணமாகத்தான் கொண்டுவருகிறார்கள் என்று நினைத்துக் கொள்வேன். தூக்கம் வராமல் உனக்காக ஒருத்தி காத்துக் கொண்டிருக்கிறாள் என்பது உன் நினைவில் இருக்க வேண்டும்” என்று சொன்னவள் பெருமூச்சு விட்டபடி தொடர்ந்தாள்:

“கடைசியில் எல்லாம் இந்த மூன்று பில்லியர்ட்ஸ் பந்துகளோடு முடிய வேண்டும்.”

“அந்த மேஜையில் இருபத்தைந்து சென்ட் பணத்தைத் தவிர வேறொன்றுமில்லை.” “அப்படியானால் நீ ஒன்றையும் எடுத்திருக்கக் கூடாது.” “உள்ளே நுழைவதுதான் சிரமம்” என்றான் டாம்சொ. “வெறுங்கையோடு திரும்ப எனக்கு மனமில்லை.”

“நீ வேறு எதையாவது எடுத்திருக்கலாம்.”

“அங்கு ஒன்றுமேயில்லை” என்றான் டாம்சொ.

“அந்த அறையிலுள்ள அளவிற்குப் பொருட்கள் வேறு எங்கும் கிடையாது.”

“அப்படித்தான் தோன்றும். ஆனால் உள்ளே சென்று தேடிப் பார்த்தால்தான் கால் காசு தேறக்கூடிய பொருட்கள் எதுவும் இல்லை என்பதை நீ புரிந்து கொள்வாய்.”

அவள் நீண்ட நேரம் அமைதியாக இருந்தாள். கண்களைத் திறந்தபடி நினைவின் இருட்டறைக்குள் விலைமதிப்புள்ள பொருட்களை அவள் தேடுவதாக டாம்சொ கற்பனை செய்து பார்த்தான்.

“இருக்கலாம்” என்றாள் அவள்.

டாம்சொ மீண்டும் பற்ற வைத்தான். போதை வேகமாக அலை அலையாக இறங்கிக்கொண்டிருந்தது. உடலின் எடையை, உறுப்புகளின் பாரத்தை அவன் மீண்டும் உணர்ந்தான். அங்கு ஒரு பூனை இருந்தது என்று சொன்னான். “அது ஒரு கொழுத்த வெள்ளைப் பூனை.” ஆனா புரண்டு படுத்தாள். பெருத்த வயிற்றைக் கணவனுடைய வயிற்றின் மீது வைத்து அழுத்தியவள் அவளுடைய கால்களை அவன் முழங்கால்களுக்கு இடையில் வைத்துக்கொண்டாள். அவளிடமிருந்து வெங்காய வாடை அடித்தது.

“ரொம்ப பயந்துவிட்டாயா?”

“நானா?”

“ஆம். நீதான்” என்றாள். “ஆண்களும் பயப்படக் கூடியவர்கள் தான் என்று அவர்கள் சொன்னார்கள்.”

அவளுடைய புன்முறுவலைப் பார்த்து அவனும் சிரித்தான். “கொஞ்சம்” என்றான். “எனக்குச் சிறுநீர் கழிக்க வேண்டும். என்னால் அடக்க முடியவில்லை.” அவளிடமிருந்து பெற்ற முத்தத்தைத் திருப்பிக் கொடுக்காமல் எழுந்து கொண்டான். பிறகு அவன், அந்த சாகசத்தின் அபாயத்தைப் பற்றி அறிந்திருந்தபோதும் அதைப் பற்றிக் கவலைப்படாமல், ஒரு சுற்றுப்பயணத்தின் ஞாபகங்களை நினைவுகூர்வது போல், அவனுடைய சாகசத்தைப் பற்றி அவளிடம் விவரிக்கத் தொடங்கினான்.

நீண்ட அமைதிக்குப் பிறகு அவள் பேசினாள்.

“இது சுத்த பைத்தியக்காரத்தனம்.”

“எங்கிருந்தாவது தொடங்கித்தானே ஆகவேண்டும்” என்றான் டாம்சொ கண்களை மூடியபடி. “மேலும், முதல் முயற்சி என்கிற மட்டில் இது அத்தனை மோசமில்லை.”

வெக்கை மெதுவாக உள்ளே நுழைந்தது. டாம்சொ விழித்தெழுவதற்கு முன்னமே அவனுடைய மனைவி விழித்தெழுந்திருந்தாள். முற்றத்திலிருந்த குழாயடியில் தலையை முழுதாக விழித்துக்கொள்ளும் மட்டும் காட்டினான். கூடத்தின் ஒரு பகுதியாக இருந்த அந்த அறை, அதையொத்த பிற அறைகளிடமிருந்து திரைச்சீலைகளால் பிரிக்கப்பட்டிருந்தது. முற்றத்தைப் பிரித்த அந்தக் கருப்புச் சுவருக்கு எதிரில்தான் ஆனா ஒரு சிறிய அடுப்பை அமைத்திருந்தாள். சமையலுக்கும், இறைச்சி சுடுவதற்கும் அதை அவள் பயன்படுத்தினாள். இஸ்திரி போடுவதற்கும் உணவு உண்பதற்கும் அங்கு ஒரு சிறிய மேசை போடப்பட்டிருந்தது. கணவனின் நடவடிக்கைகளைப் பார்த்தவள், இஸ்திரி செய்து கொண்டிருந்த துணிகளை எடுத்து ஒருபுறம் தள்ளி வைத்துவிட்டு அடுப்பை எடுத்து, காபியைச் சூடுபடுத்தினாள். வயதில் மூத்தவளாயிருந்தாள் அவள். வெளுத்த சருமம் கொண்டிருந்தாள். மேலும், எதார்த்தத்தைப் புரிந்து கொண்ட மனிதர்களிடம் காணப்படும் மென்மையான குணாதிசயங்கள் அவளுடைய நடை உடை பாவனைகளில் வெளிப்பட்டன.

தன் மனைவி பார்வையால் எதையோ தன்னிடம் பேச விரும்புகிறாள் என்பதைத் தலைவலியால் அவதிப்பட்டுக் கொண்டிருந்த டாம்சொ புரிந்து கொண்டான். அந்நேரம் வரை முற்றத்தில் ஒலித்துக்கொண்டிருந்த குரல்களை அவன் கவனத்தில் கொள்ளவில்லை.

"காலையிலிருந்தே அவர்கள் ஏதோ பேசிக்கொண்டிருக் கிறார்கள்" என்று காபியை அவனிடம் கொடுத்தவள் முணுமுணுத்துக்கொண்டாள். "கொஞ்சம் நேரத்திற்கு முன்தான் அங்கு எல்லோரும் போனார்கள்."

ஆண்களோ குழந்தைகளோ முற்றத்தில் இல்லாததை அப்போதுதான் டாம்சொ கவனித்தான். அவன் காபி குடித்தபடியே வெளியில் துணி உலர்த்திக் கொண்டிருந்த பெண்ணின் பேச்சை அமைதியாகச் செவிமெடுத்தான். கடைசியில் ஒரு சிகரெட் பற்ற வைத்தவன், சமையலறையை விட்டு நகர்ந்தான்.

"தெரேசா" என்று அழைத்தான்.

ஈரத்துணிகளை உடலில் வாரியிட்டிருந்த பெண்ணொருத்தி அவன் குரலுக்குப் பதில் கொடுத்தாள். "ஜாக்கிரதை" என்றாள் ஆனா. அந்தப் பெண் அருகில் வந்தாள்.

"என்ன நடக்கிறது?" என்று கேட்டான் டாம்சொ.

"பில்லியர்ட்ஸ் அறையில் நுழைந்த எவனோ ஒருவன் எல்லாவற்றையும் எடுத்துச் சென்றுவிட்டான்" என்றாள் அவள்.

அவளுக்கு எல்லா விவரங்களும் தெரிந்திருந்தன. அவர்கள் அந்த இடத்தை எப்படித் தலைகீழாகப் புரட்டினார்கள்; எப்படி ஒரு அங்குலம் விடாமல் ஆராய்ந்தார்கள்; பில்லியர்ட்ஸ் மேஜையை எப்படிப் புரட்டிப் புரட்டிப் பார்த்தார்கள் என்பதையெல்லாம் தெளிவாக விவரித்தாள். அவளுடைய பேச்சின் உறுதியைப் பார்த்தபோது டாம்சொவால்கூட அது உண்மையில்லை என்பதை நம்ப முடியவில்லை.

"இழவு" என்று முணுமுணுத்தபடி சமையலறைக்குத் திரும்பினான்.

ஆனா பற்களை இறுகக் கடித்தபடி சீழ்க்கை அடித்தாள். முற்றத்திலிருந்த நாற்காலியில் டாம்சொ கவலையை அடக்க முயன்றபடி முதுகைச் சாய்த்தான். மூன்று மாதங்களுக்கு

முன் அவனுக்கு இருபது வயது ஆனபோது ஒரு விதமான ரகசிய மென்னுணர்வோடு அவனுடைய மீசையை அவன் பாதுகாத்தான். காரணம், அது அவனுடைய அம்மைத் தழும்பு நிறைந்த முகத்திற்கு ஒருவித முதிர்ச்சியை அளித்தது. அன்று முதல் அவன் தன்னை ஒரு முழு மனிதனாகத்தான் உணர்ந்தான். ஆனால் இன்றோ, தலைவலியால் அவதிப்படுவதற்கு முன் இரவின் நினைவுகளுக்குள் மூழ்கியபடி, அவனுடைய வாழ்க்கையை எங்கிருந்து மீண்டும் தொடங்குவது என்று தெரியாமல் தடுமாறினான்.

ஆனா இஸ்திரி செய்து முடித்த பிறகு அந்தச் சுத்தமான துணிகளை இரண்டு சரிசமமான மூட்டைகளாகக் கட்டிக்கொண்டு கிளம்பினாள்.

"நீ ரொம்ப தூரம் போக வேண்டாம்" என்றான் டாம்சொ.

"வழக்கமான இடங்களுக்குத்தான் போகப் போகிறேன்."

அறைக்குள் நுழைந்த அவளை டாம்சொ பின்தொடர்ந்தான். "உன் சட்டை அங்கிருக்கிறது" என்றாள் அவள். "இனி அந்தக் கட்டம் போட்ட... சட்டை நீ போட வேண்டாம்." ஆனா அவள் கணவனுடைய தூய்மையான பூனை விழிகளை எதிர்கொண்டாள்.

"உன்னை யார் பார்த்தார்கள் என்று நமக்குத் தெரியாது."

டாம்சொ வியர்வையை பேண்ட்டில் துடைத்தான்.

"யாரும் பார்க்கவில்லை."

"நமக்குத் தெரியாது" என்றாள் ஆனா. இரண்டு கைகளிலும் துணி மூட்டைகளைச் சுமந்து கொண்டிருந்தாள்; "மேலும், நீ வெளியில் செல்வது அவ்வளவு உசிதமில்லை. இதில் எல்லாம் விருப்பமில்லாதவள் போல் நான் அங்கு சென்று ஒரு சுற்று சுற்றிவிட்டு வரும் வரை நீ இங்கு பொறுமையாக இருக்க வேண்டும்."

நகரத்தில் மக்கள் எதுவும் பேசிக் கொள்ளவில்லை. ஆனா அந்த நிகழ்வின் விவரங்களை ஒன்றுக்கொன்று முரண்பட்ட வகையில் பல்வேறு விதங்களில் செவிமடுக்க வேண்டியிருந்தது. அவள் துணிகளை ஒப்படைத்த பிறகு, வழக்கமாக ஒவ்வொரு சனிக்கிழமையும் செய்வது போல் அல்லாமல் மார்க்கெட்டிற்குப் போவதற்குப் பதிலாக நேராக

பிளாசாவிற்குள் நுழைந்தாள்.

பில்லியர்ட்ஸ் அறையில் அவள் கற்பனை செய்ததற்கு மாறாக ஒரு சில மனிதர்களே இருந்தார்கள். வாதுமை மரங்களின்கீழ் இருந்த நிழலில் ஓரிரு ஆட்கள் பேசிக்கொண்டிருந்தார்கள். மதிய உணவை முன்னிட்டு சிரியர்கள் திரைச் சீலைகளை இறக்கி விட்டிருந்தார்கள். கேன்வாஸ் பந்தலின்கீழ் இருந்த கடைகள் அரைத் தூக்கத்தில் ஆழ்ந்திருந்தன. ஹோட்டல் லாபியிலிருந்த சாய்வு நாற்காலியில் உதடுகள் திறந்திருக்க கால்களைப் பரப்பியபடி ஒரு மனிதன் உறங்கிக்கொண்டிருந்தான். மதிய வெக்கையில் எல்லாம் சமைந்திருந்தன.

ஆனா பில்லியர்ட்ஸ் அறையைக் கடந்து சென்றாள். கிடங்கிற்கு எதிரில் இருந்த வெற்றிடத்தை அவள் கடந்து சென்றபோது அங்கு குழுமியிருந்த கூட்டத்தைக் கவனித்தாள். அப்போது டாம்சொ சொன்ன விஷயங்கள் நினைவிற்கு வந்தன. எல்லோரும் அதைத் தெரிந்துவைத்திருந்தார்கள். இருந்த போதும் அவ்விடத்தின் உண்மையான வாடிக்கையாளர்களால் மட்டுமே அதை நினைவுகூர முடியும்; பில்லியர்ட்ஸ் அறையின் பின்பக்கக் கதவிற்கு எதிரில்தான் அந்த வெற்றிடம் இருக்கிறது என்பதே அது. ஓரிரு வினாடிகளுக்குப் பிறகு, ஆனா கைகளை வயிற்றில் கட்டியபடி பூட்டப்பட்டிருந்த கதவில் கண்களைப் பதித்தவாறு கூட்டத்தினுள் கலந்தாள். பூட்டு பழுதடையாமல் இருந்தது. ஆனால் அந்தத் தாழ்ப்பாள்களில் ஒன்று பல் இளித்தது. ஒரு கணம் கணவனுடைய முயற்சியால் விளைந்த சேதத்தைக் கவனித்தவள் அவனை நினைத்துப் பரிதாபப்பட்டாள்.

“அது யாராக இருக்கும்?” என்று கேட்டாள்.

திரும்பிப் பார்ப்பதற்கு அவளுக்குப் பயமாக இருந்தது.

“யாருக்கும் தெரியவில்லை. ஆனால் அது ஒரு வெளியாளாக இருக்கலாம். என்று பேசிக்கொள்கிறார்கள்” என்று பதில் சொன்னார்கள்.

“ஆம். அப்படித்தான் இருக்கும்” என்றாள் ஆனாவிற்கு அப்பால் நின்றுகொண்டிருந்த பெண். இந்த ஊரில் திருடர்களே கிடையாது. எல்லோருக்கும் எல்லோரையும் தெரியும்” என்றாள் அவள்.

ஆனா புன்னகைத்தபடி தலையைத் திருப்பினாள்.

“நீங்கள் சொல்வது சரிதான்” என்றாள். அவள் வியர்வையில் குளித்திருந்தாள். அவளுக்கு வெகு அருகில் ஒரு கிழவன் நின்று கொண்டிருந்தான். அவனுடைய கழுத்தின் பின்புறத்தில் தழும்புகள் காணப்பட்டன.

“அவர்கள் எல்லாவற்றையுமா எடுத்துச் சென்று விட்டார்கள்?”

“இருநூறு பெசோக்களையும் பில்லியர்ட்ஸ் பந்துகளையும் எடுத்துச் சென்று விட்டார்கள்” என்றான் கிழவன். வழக்கமில்லாத ஆர்வத்தோடு அவளைக் கவனிக்கத் தொடங்கினான். “வெகு சீக்கிரத்தில் கண்களைத் திறந்து வைத்துக் கொண்டுதான் நாம் தூங்க வேண்டும்.”

ஆனாவின் பார்வை தொலைவில் நிலைத்திருந்தது. “சரிதான்” என்றாள். மீண்டும் கிழவன் அவளையே பார்த்துக்கொண்டிருந்ததைக் கவனித்தவள் அவனைத் தவிர்க்க முடியாததால் தலையில் ஒரு துணியைப் போர்த்திக்கொண்டு கிளம்பினாள்.

கால் மணி நேரமாக அந்த வெற்றிடத்தை அடைத்துக் கொண்டிருந்த கூட்டம், உடைக்கப்பட்ட கதவிற்குப் பின்னால் ஒரு மனிதன் இறந்து கிடக்கிறான் என்பது போல் நாகரிகமாக நடந்து கொண்டது. பிறகு அது எரிச்சலடைந்து பிளாசாவிற்குள் கலைந்து சென்றது.

வாயிற் கதவருகில் மேயர் மற்றும் இரண்டு போலீஸ்காரர்களோடு பில்லியர்ட்ஸ் அறையின் உரிமையாளர் நின்றுகொண்டிருந்தார். குள்ளமாகவும் குண்டாகவும் காட்சியளித்த அவர், குழந்தைகள் அணியும் கண்ணாடி போன்றதொரு கண்ணாடியை அணிந்திருந்தார். பேண்ட் வயற்றின் அழுத்தத்தில் தொங்கிக் கொண்டிருந்தது. அதீத மரியாதையோடு நின்று கொண்டிருப்பதைப் போல் தோற்றமளித்த அவரைக் கூட்டம் மொய்த்துக்கொண்டது. சுவரில் சாய்ந்தபடி, கூட்டம் கலைந்து போகும் வரையில் ஆனா அவருடைய அறிக்கைகளைச் செவிமெடுத்துக் கொண்டிருந்தாள். பிறகு வெக்கையில் குளித்தபடி அண்டை வீட்டாரின் ஆரவாரத்திற்கு இடையில் வீடு திரும்பினாள்.

படுக்கையில் படுத்திருந்த டாம்சொ தனக்குத்தானே அந்தக் கேள்வியைப் பலமுறை கேட்டுகொண்டான், இரவு முழுவதும்

புகைபிடிக்காமல் எப்படி ஆனாவால் தனக்காகக் காத்துக் கொண்டிருக்க முடிந்தது என்று. வியர்வையில் நனைந்திருந்த துணியைத் தலையிலிருந்து அவிழ்த்தபடி சிரித்துக்கொண்டே அறைக்குள் நுழைந்த அவளைப் பார்த்தபோது குடித்துக் கொண்டிருந்த சிகரெட்டைத் தரையில் நசுக்கினான். கவலை அதிகரிக்க அவளுடைய பதிலுக்காகக் காத்திருந்தான்.

“பிறகு?”

ஆனா படுக்கைக்கருகில் முழங்காலிட்டு அமர்ந்தாள்.

“நீ திருடன் மட்டுமல்ல. ஒரு பொய்யனும் கூட.”

“காரணம்?”

“காரணம், மேஜையில் ஒன்றுமேயில்லை என்று நீ சொன்னாய்.”

டாம்சொ முகஞ்சுளித்தான்.

“அங்கு ஒன்றுமேயில்லை.”

“அங்கு இருநூறு பெசோக்கள் இருந்தன” என்றாள் ஆனா.

“பொய்” என்று கத்தினான். பிறகு படுக்கையில் உட்கார்ந்தவன் அவளுக்கு நம்பிக்கையூட்டும் குரலில், “அங்கு இருபத்தைந்து செண்டுகள் இருந்தன” என்றான்.

அவளை நம்ப வைக்க முயற்சித்தான். முஷ்டியை மடக்கியபடி, “அந்தக் கிழட்டுத் திருடன் மட்டும் என் கையில் கிடைத்தான், தொலைந்தான்...” என்றான்.

ஆனா வெடித்துச் சிரித்தாள்.

“மடத்தனமாகப் பேசாதே.”

டாம்சொவும் சிரிக்கத் தொடங்கினான். ஆனா சவரம் செய்யும்போது அவள் கண்டுபிடித்ததை எல்லாம் அவனிடம் பகிர்ந்துகொண்டாள். போலீஸ் ஒரு வெளியாளைத் தேடுகிறது. “வியாழக்கிழமை அவன் வந்து சேர்ந்ததாகவும், நேற்றிரவு துறைமுகத்திற்குள் அவன் சுற்றித் திரிந்ததைப் பார்த்ததாகவும் அவர்கள் பேசிக்கொண்டார்கள்” என்றாள் அவள். “அவனை எங்கும் கண்டுபிடிக்க முடியவில்லை என்றும் பேசிக்கொள்கிறார்கள்.” டாம்சொ ஒருபோதும் அவன் பார்த்திராத அந்த அன்னியனைப் பற்றிக் கற்பனை செய்தான். ஒரு நிமிடம் அந்த அந்நியனைச் சந்தேகப்பட்டான். பிறகு

சமாதானமடைந்தான்.

"அவன் இந்நேரம் ஓடிவிட்டிருப்பான்" என்றாள் அவள்.

வழக்கம்போல் உடை உடுத்த டாம்சொவிற்கு மூன்று மணி நேரம் தேவைப்பட்டது. முதலில் மீசையை நுணுக்கமாகக் கத்தரித்தான். பிறகு முற்றத்துக் குழாயில் நிதானமாகக் குளித்தான். முதல் தடவையாக அந்த இரவிற்குப் பிறகுதான், வழமையான விஷயங்களில் அவனுடைய ஆர்வம் குன்றவில்லை என்பதை ஆனா கவனித்தாள். டாம்சொ தலையை மெதுவாக வாரத் தொடங்கினான். வெளியேறுவதற்கு முன், சிகப்பு நிறச் சட்டை அணிந்தவன் கண்ணாடியில் அவனைப் பார்த்துக் கொண்டபோது ஆனா சோர்வாகவும் வயதாகிவிட்டதாகவும் தன்னை உணர்ந்தாள். டாம்சொ ஒரு தொழில்முறை குத்துச்சண்டை வீரனின் பாணியில் முரட்டுத்தனமாகக் குத்துவது போல் பாவனை செய்தான். ஆனா அவனுடைய மணிக்கட்டுகளைப் பற்றினாள்.

"உன்னிடம் பணம் ஏதாவது இருக்கிறதா?" டாம்சொ கிண்டலாக, "நான் பெரிய பணக்காரனாக்கும்" என்றான். "என்னிடம் இருநூறு பெசோக்கள் இருக்கின்றன."

சுவரைப் பார்த்துத் திரும்பிய ஆனா ரவிக்கைக்குள்ளிருந்து ஒரு கட்டு சீட்டுகளை எடுத்து ஒரு பெசோவைக் கணவனிடம் கொடுத்தாள்.

"எடுத்துக்கொள் அன்பே."

அன்றிரவு டாம்சொ அவனுடைய நண்பர்கள் கூட்டத்தோடு பிளாசாவிற்குச் சென்றான். நாட்டின் பல பகுதியிலிருந்து ஞாயிற்றுக்கிழமை சந்தையில் பொருட்களை விற்பதற்காக மக்கள் வந்திருந்தார்கள். பிரெஞ்சு ஃப்ரைகளும் லாட்டரி சீட்டுகளும் விற்றுக்கொண்டிருந்தவர்களுக்கு இடையில் அவர்கள் தங்களுடைய கடையை விரித்தார்கள். மதியத்திலிருந்தே அவர்களுடைய இரைச்சலை உங்களால் கேட்க முடியும். டாம்சொவின் நண்பர்களுக்கு பில்லியர்ட்ஸ் அறையில் நிகழ்ந்த திருட்டைக் காட்டிலும் ரேடியோவில் ஒலிபரப்பாகும் சாம்பியன்ஷிப் போட்டிகளின் மீதுதான் ஆர்வம் இருந்தது. ஆனால் பில்லியர்ட்ஸ் அறை மூடப்படிருந்ததால் அவர்களால் ரேடியோ கேட்க முடியவில்லை. பேஸ்பாலைப் பற்றிப்

பேசிக்கொண்டே எந்தப் படம் ஓடுகிறது என்று தெரிந்து கொள்ளாமல் அவர்கள் ஒரு படத்திற்குப் போனார்கள்.

கேண்டிடீஃப்ளாஸ் நடித்த படம் ஒன்று அங்கு ஓடிக் கொண்டிருந்தது. பால்கனியின் முதல் வரிசையில் அமர்ந்திருந்த டாம்சொ கூச்சமில்லாமல் சிரித்தான். உணர்ச்சிக் கொந்தளிப்புகளிலிருந்து விடுபட்டுக் கொண்டிருப்பதை அவனால் உணரமுடிந்ததது. அது ஒரு அருமையான ஜுன் மாத இரவு. அந்தத் திறந்தவெளி திரையரங்கில் புரொஜெக்டர் கருவியின் மினுமினுப்பை உங்களால் பார்க்க முடியும்போது, அதன் மேல் மிதந்து கொண்டிருக்கும் நட்சத்திரங்கள் மௌனமாக அந்தத் திரையரங்கின்மீது கவியும்.

திடீரென்று திரையில் தோன்றிய பிம்பங்கள் மங்கலாகக் காட்சியளிக்கத் தொடங்கின. ஆர்க்கெஸ்ட்ராவின் பின்புறமிருந்து ஒரு சலசலப்பொலி எழுந்தது. டாம்சொ, எதிர்பாராது தோன்றிய வெளிச்சத்தால் அவனுடைய குற்றம் கண்டுபிடிக்கப்பட்டதாக நினைத்துத் தப்பி ஓட முயன்றான். ஆனால் சட்டென்று ஆர்க்கெஸ்ட்ராவிற்கு எதிரிலிருந்த பார்வையாளர்கள் அதிர்ச்சியில் உறைந்திருப்பதையும், ஆவேசமாக பெல்ட்டைக் கையில் சுற்றியபடி ஒரு மனிதனை - நல்ல ஆகிருதியுடைய ஒரு நீக்ரோவை - ஒரு போலீஸ்காரன் தாக்குவதையும் பார்த்தான். பெண்கள் அலறத் தொடங்கினார்கள். நீக்ரோவை அடித்துக்கொண்டிருந்த போலீஸ்காரன் பெண்களைக் காட்டிலும் அதிகமாக “திருடன் திருடன்” என்று சப்தமிட்டான். நீக்ரோ நாற்காலிகளுக்கு இடையில் உருண்டான். இரண்டு போலீஸ்காரர்கள் அவனை வளைத்துப் பிடிக்கும் வரை இடுப்பில் மிதித்துக்கொண்டே இருந்தார்கள். பிறகு ஒரு போலீஸ்காரன் நீக்ரோவின் கையை மடக்கி வாரால் கட்டினான். மூவரும் சேர்ந்து அவனைக் கதவை நோக்கித் தள்ளிக் கொண்டு போனார்கள்.

சட்டென்று அது நடந்து முடிந்து விட்டது. நீக்ரோ டாம்சொவைக் கடந்து சென்ற பிறகுதான் என்ன நடந்தது என்பதை டாம்சொ புரிந்து கொண்டான். சட்டை கிழிந்திருந்தது. முகத்தில் புழுதியும் வியர்வையும் ரத்தமும் அப்பியிருந்தன. “கொலைகாரர்கள் கொலைகாரர்கள்” என்று அழுதபடி அவன் டாம்சொவைக் கடந்தான். அதன்பிறகு அவர்கள் புரொஜக்டரை ஆன் செய்தார்கள். படம் தொடர்ந்தது.

பிறகு டாம்சொவால் சிரிக்க முடியவில்லை. படத்தில் ஒன்றவும் முடியவில்லை. தொடர்ச்சியாக சிகரெட் குடித்துக்கொண்டேயிருந்தான். படம் முடிந்து விளக்குகள் எரியத் துவங்கியபோது எதார்த்ததைக் கண்டு பயந்துவிட்டது போல் பார்வையாளர்கள் ஒருவரை ஒருவர் பார்த்துக் கொண்டார்கள். யாரோ "நன்றாக இருக்கிறது" என்று குரல் கொடுத்தார்கள். டாம்சொ அவனைத் திரும்பிக்கூடப் பார்க்கவில்லை.

"கேண்டிஃப்ளாஸ் நன்றாக நடித்திருக்கிறாள்" என்றான் டாம்சொ.

மக்கள் கூட்டம் டாம்சொவைக் கதவை நோக்கித் தள்ளிக்கொண்டு போனது. ஹோட்டல்காரர்கள் சாப்பாட்டைக் கூடையில் எடுத்துக்கொண்டு வீடு திரும்பிக் கொண்டிருந்தார்கள். மணி பதினொன்றைக் கடந்துவிட்டிருந்தது. இருந்தபோதும் ஏராளமான மக்கள் நீக்ரோவை எப்படிப் பிடித்தார்கள் என்று தெரிந்து கொள்வதற்காகப் படம் முடிந்து வருபவர்களை எதிர்பார்த்துக் காத்திருந்தார்கள்.

அன்றிரவு டாம்சொ மிகுந்த எச்சரிக்கையோடு அறைக்குள் நுழைந்தான். அரைகுறை தூக்கத்தில் ஆழ்ந்திருந்த ஆனா, டாம்சொ படுக்கையில் சாய்ந்தபடி இரண்டாவது சிகரெட்டைப் பற்ற வைத்தபோது விழித்துக்கொண்டாள்.

"அடுப்பில் உணவு இருக்கிறது" என்றாள் அவள்.

"பசிக்கவில்லை "என்றான் டாம்சொ.

முழுதாக விழித்துக்கொள்ளாமல் ஆனா பெருமூச்சு விட்டவாறு, "நோவா வெண்ணெயில் பொம்மை செய்வதாகக் கனவு கண்டேன்" என்றாள். சட்டென்று அவளை அறியாமலேயே அவள் தூங்கிவிட்டதை உணர்ந்தாள். கண்களைக் கசக்கி விட்டவாறு எழுந்து கொண்டவள் டாம்சொவிடம் திரும்பினாள்.

"அவர்கள் அவனைப் பிடித்துவிட்டார்கள்" என்றாள்.

டாம்சொ பேசுவதற்கு முன், சற்று யோசித்தான்.

"யார் சொன்னார்கள்?"

"திரையரங்கில் வைத்து அவனைப் பிடித்துவிட்டதாகப் பேசிக் கொண்டார்கள்" என்றாள் ஆனா. "எல்லோரும் அங்கு

இருந்தார்கள் என்று சொன்னார்களே.”

அவள் அந்தக் கைது பற்றி அரைகுறையாக விவரித்தாள். டாம்சொ அதைத் திருத்த முயலவில்லை.

“பாவம்” என்றாள் ஆனா.

“ஏன் பாவம்?” என்றான் டாம்சொ கடுமையாக ஆட்சேபித்தபடி. “சரி... அப்போது நானும் அந்த வலையில் மாட்டிக்கொள்ள வேண்டும் என்று நீ விரும்புகிறாயா?”

ஆனாவால் அதற்கு நல்ல பதில் கொடுக்க முடியும். இருந்தபோதும் அமைதி காத்தாள். விடிந்த பிறகும் ஒரு ஆஸ்த்மா நோயாளியைப் போல் அவன் புகைபிடித்துக் கொண்டிருந்ததை அவள் கவனித்தாள். பிறகு அவன் படுக்கையிலிருந்து எழுந்து அறையைத் தலைகீழாகப் புரட்டிப்போட்டுக் கொண்டிருந்ததைப் பார்த்தாள். எதையோ அவன் தேடிக்கொண்டிருந்தான். அவனுடைய தேடலைப் பார்த்தபோது அந்தப் பொருளைக் கண்டடையாமல் அவன் ஆசுவாசம் கொள்ளமாட்டான் என்று தோன்றியது. படுக்கைக்கு அடியில் ஏறத்தாழ பதினைந்து நிமிடத்திற்கும் மேலாக அவன் தரையைத் துழாவிக் கொண்டிருந்ததை ஆனா கவனித்தாள். அவன் ஆடை களைவதைப் பார்த்தபோது அவனுக்குச் செய்யும் உதவியாக, சப்தம் எதுவும் எழுப்பாமல் புரண்டு படுத்தபடி நன்கு உறங்குவதான பாவனை செய்தாள். அவளுடைய உள்ளுணர்வில் ஏதோ பட்டது. டாம்சொ திரையரங்கில் இருந்ததை அவள் அறிந்து கொண்டபோது அவன் ஏன் பந்துகளைப் படுக்கைக்கு அடியில் புதைத்தான் என்பதை அவள் புரிந்து கொண்டாள்.

திங்கள்கிழமை பில்லியர்ட்ஸ் அறையைத் திறந்தபோது வாடிக்கையாளர்கள் அதைச் சூழ்ந்து கொண்டார்கள். பில்லியர்ட்ஸ் மேஜை ஒரு பழுப்பு நிறத் துணியால் மூடப்பட்டிருந்தது. அந்த இடமே ஒரு ஈமச்சடங்கு நடந்து முடிந்த இடம் போல் காட்சியளித்தது. சுவரில் ஒரு குறிப்பு ஒட்டப்பட்டிருந்தது: “பந்துகள் இல்லாததால் பில்லியார்ட்ஸ் நடைபெறாது.” மக்கள் சாரை சாரையாக வந்து அதை ஒரு செய்தியைப் போல் வாசித்தார்கள். சிலர் மட்டுமீறிய விசுவாசத்தோடு அதை மீண்டும் மீண்டும் வாசித்தபடி அதன் முன் பலமணி நேரமாக நின்றுகொண்டிருந்தார்கள்.

டாம்சொ முக்கியமான வாடிக்கையாளர்களோடு நின்றுகொண்டிருந்தான். பார்வையாளர்களுக்காக இடப்பட்ட பெஞ்சுகளிலேயே அவனுடைய வாழ்க்கை பாதி கழிந்துவிட்டது. பில்லியர்ட்ஸ் அறையின் கதவு திறக்கப்பட்ட சமயத்திலிருந்தே அவன் அங்கிருந்தான். அது சற்றுக் கஷ்டம்தான். இருந்தபோதும் அது அவனிடமிருந்து இயல்பாக வெளிப்பட்டது. அவனைக் கடந்து சென்ற பில்லியர்ட்ஸ் அறையின் முதலாளியின் முதுகில் செல்லமாகத் தட்டினான்: "எவ்வளவு கஷ்டம், இல்லையா ரோக்?"

வலிந்து சிரித்த முதலாளி "ஆமாம்" என்றார். கல்லாவிற்கு அருகில் கிடந்த ஒரு ஸ்டூலை இழுத்துப் போட்டுக்கொண்டு டாம்சொ உட்கார்ந்தபோது காத்துக்கொண்டிருந்த வாடிக்கையாளர்களை நோக்கி முதலாளி நகர்ந்தார்.

"என்ன வினோதம்" என்றான் டாம்சொ.

"உண்மைதான்" என்றான் டாம்சொவிற்கு அருகில் உட்கார்ந்திருந்தவன். "இதையெல்லாம் பார்க்கும்போது நாம் ஏதோ ஒரு புனித வாரத்தில் இருப்பது போல் தோன்றுகிறது."

பெரும்பாலான வாடிக்கையாளர்கள் மதிய உணவிற்குக் கிளம்பிவிட்ட பிறகு, டாம்சொ ஒரு நாணயத்தை எடுத்து ஜூக்பாக்ஸில் போட்டுவிட்டு ஒரு மெக்ஸிக்கன் பாடலைத் தேர்வு செய்தான். அந்தக் கருவின் முள் எங்கிருக்கும் என்பது கூட அவனுக்கு மனப்பாடமாகத் தெரியும். ரோக் மேஜைகளையும் நாற்காலிகளையும் அரங்கின் பின்பக்கத்திற்கு நகர்த்திக்கொண்டிருந்தார்.

"என்ன செய்கிறீர்கள் ரோக்?"

"சீட்டு விளையாட வசதி செய்துகொண்டிருக்கிறேன்" என்றார். "பந்துகள் வந்து சேரும் வரை ஏதாவது செய்தாக வேண்டுமே."

ஒவ்வொரு கையிலும் ஒரு நாற்காலியை சிரமப்பட்டுத் தூக்கி நகர்த்திக் கொண்டிருந்த ரோக்கைப் பார்த்தபோது, சமீபத்தில் விவாகரத்து பெற்றவர் போல் காட்சியளித்தார்.

"அவை எப்போது வரப்போகின்றன ரோக்?"

"ஒரு மாதத்தில் வந்துவிடும் என்று நம்புகிறேன்."

"அப்போது மக்களும் இங்கு மீண்டும் நடமாடத்

லத்தீன் அமெரிக்கச் சிறுகதைகள் ❖ 79

தொடங்கிவிடுவார்கள்."

அங்கு போடப்பட்டிருந்த சின்ன மேஜைகளை ரோக் மனநிறைவோடு பார்த்தார். நெற்றியைப் புறங்கையால் துடைத்தவர் அவர்கள் கைகழுவிவிட மாட்டார்கள் என்று நம்புகிறேன்" என்றார். "சனிக்கிழமையிலிருந்தே அந்த நீக்ரோவைப் பட்டினி போட்டு வருகிறார்கள். இருப்பினும் அவன் அதை எங்கே ஒளித்து வைத்திருக்கிறான் என்பதைச் சொல்ல மறுக்கிறான்." வியர்வையில் நனைந்திருந்த கண்ணாடி வழியாக டாம்சொவை அவர் அவதானித்தார்.

"நிச்சயம், அதை ஆற்றில் தூக்கிப் போட்டிருப்பான்."

டாம்சொ உதடுகளைக் கடித்துக்கொண்டான்.

"அந்த இருநூறு பெசோக்கள்?"

"அதையும் போட்டிருப்பான்" என்றார் ரோக். "அவனிடமிருந்து முப்பது பெசோக்களே கிடைத்தன."

இருவரும் ஒருவருடைய கண்களை ஒருவர் பார்த்துக்கொண்டார்கள். இருவருடைய பார்வையிலும் ஒரு சிக்கல் மறைந்திருக்கிறது என்பதை டாம்சொ உணர்ந்திருந்த போதிலும் அதை அவன் கவனத்தில் கொள்ளவில்லை. அன்று மதியம், குளியறையிலிருந்து ஆனா திரும்பியபோது ஒரு குத்துச்சண்டை வீரனைப் போல் டாம்சொ ஆடிக்கொண்டே வீடு திரும்புவதைக் கவனித்தாள். அவனைப் பின்தொடர்ந்து அறைக்குள் நுழைந்தாள்.

"எல்லாம் ஒரு வழியாக முடிந்தது" என்றான் டாம்சொ. "கிழவன் புதிய பந்துகளுக்கு ஆர்டர் கொடுத்திருக்கிறான். இனி அதை அவர்கள் மறப்பதற்காகக் காத்துக் கொண்டிருக்க வேண்டியதுதான்."

"அந்த நீக்ரோ?"

தோள்களைக் குலுக்கியபடி "அது ஒரு பெரிய விஷயமேயில்லை" என்றான். "அவர்களால் பந்துகளைக் கண்டுபிடிக்க முடியவில்லை என்றால் அவனை விடுவித்து விடுவார்கள்."

மதிய உணவிற்குப் பிறகு வாயிற்கதவிற்கு வெளியே உட்கார்ந்தவர்கள் திரையரங்கில் ஒலிபெருக்கியை அணைக்கும் வரை அண்டை வீட்டாரோடு அளவளாவிக்

கொண்டிருந்தார்கள். படுக்கைக்குத் திரும்பியபோது டாம்சொ தன்னை உற்சாகமாக உணர்ந்தான்.

“ஒரு பிரமாதமான யோசனை எனக்கு இப்போது தோன்றியது” என்றான் அவன்.

சாயங்காலத்திலிருந்தே அவன் எதையோ யோசித்துக் கொண்டிருக்கிறான் என்பதை ஆனா உணர்ந்திருந்தாள்.

“ஒவ்வொரு ஊராகப் போகப் போகிறேன்” என்று டாம்சொ தொடர்ந்தான். “ஒரு ஊரில் திருடிய பில்லியார்ட்ஸ் பந்தை மற்றொரு ஊரில் விற்பேன். ஒவ்வொரு ஊரிலும் ஒரு பில்லியர்ட்ஸ் அறை இருக்கிறது அல்லவா?”

“அவர்கள் உன்னைச் சுடும் வரை இல்லையா?”

“சுடுவதா! யார் சுடுவார்கள்? அதெல்லாம் நீ படத்தில் தான் பார்க்க முடியும்” என்றான் டாம்சொ. அறையின் மத்தியில் நின்றபடி அவனுடைய ஆர்வத்தை அவனே கேலி செய்தான். அதையெல்லாம் கவனிக்காதவள் போல் ஆனா உடை மாற்றத் தொடங்கினாள். ஆனால் உண்மையில் அவனுடைய பேச்சை அவள் மிகுந்த அக்கறையோடு செவிமெடுத்துக் கொண்டிருந்தாள்.

ஆட்காட்டி விரலால் சுவரில் ஒரு கற்பனையான அலமாரியை வரைந்தவன் “நான் கொஞ்சம் கோட் சூட் வாங்கலாம் என்று உத்தேசித்திருக்கிறேன்” என்றான். “பார்! இதிலிருந்து அதுவரை ஐம்பது ஷூக்கள் வாங்கப் போகிறேன்.”

“ஆண்டவன் விரும்ப வேண்டுமே” என்றாள் ஆனா.

டாம்சொ அவளை முறைத்துப் பார்த்தான்.

“என்னுடைய விஷயத்தில் உனக்கு ஆர்வமேயில்லை போலிருக்கிறது.”

“ஆமாம். இம்மாதிரியான விஷயங்களில் எனக்கும் உனக்கும் ரொம்ப தூரம்தான்” என்றவள் விளக்கை அணைத்துவிட்டுச் சுவரைப் பார்த்துத் திரும்பிப் படுத்துக்கொண்டாள். மிகுந்த கசப்புணர்வோடு “உனக்கு முப்பது வயதாகும்போது எனக்கு நாற்பத்தி ஏழு வயதாகிவிடும்” என்றாள்.

“சிறுபிள்ளைத்தனமாகப் பேசாதே” என்றான் டாம்சொ.

பேண்ட் பாக்கெட்டில் தீப்பெட்டியைத் தேடினான். சற்று குழம்பிப்போய் "இனி இந்தத் துணிகளைக் கட்டிக்கொண்டு நீ மாரடிக்கத் தேவையில்லை" என்றான். ஆனா அவனிடம் தீப்பெட்டியைக் கொடுத்தாள். நெருப்பு எரிந்து அடங்கிய பிறகு தூக்கி எறியும் வரை அதைப் பார்த்துக்கொண்டே நின்றாள். டாம்சொ படுக்கையில் படுத்தபடி பேசிக்கொண்டே இருந்தான்.

"பில்லியார்ட்ஸ் பந்துகளை எதிலிருந்து தயாரிக்கிறார்கள் என்று உனக்குத் தெரியுமா?"

ஆனா பதில் சொல்லவில்லை.

"யானையின் லத்தியிலிருந்து தயாரிக்கிறார்கள்" என்ற டாம்சொ பேச்சை மேலும் தொடர்ந்தான். "பந்துகள் வந்து சேர ஒரு மாதம் ஆகும் என்பதை அவர்களால் நம்ப முடியவில்லையாம். உன்னால் நம்ப முடிகிறதா?"

"தூங்கு" என்று குறுக்கிட்டாள் ஆனா. "காலை ஐந்து மணிக்கு நான் விழிக்க வேண்டியிருக்கிறது."

டாம்சொ அவனுடைய இயல்பிற்குத் திரும்பினான். படுக்கையில் படுத்தவாறு புகைபிடித்தபடியே காலையைக் கழித்தான். மதியம் ஒரு குட்டித் தூக்கம் போட்டுவிட்டு வெளியே கிளம்பத் தயாரானான். இரவை, பில்லியர்ட்ஸ் அறையில் இருந்த ரேடியோவில் ஒலிபரப்பாகிக் கொண்டிருந்த பேஸ்பால் சாம்பியன்ஷிப் போட்டியைக் கேட்பதில் கழித்தான். அவனுடைய திட்டங்களையெல்லாம் அவன் சந்தோஷமாக மறந்துவிட்டிருந்தான். காரணம், அதைப் பற்றி அவன் யோசித்தாக வேண்டுமே.

சனிக்கிழமை மனைவியிடம் "உன்னிடம் ஏதாவது பணம் இருக்கிறதா?" என்று கேட்டான்.

"பதினொரு பெசோக்கள் இருக்கின்றன. ஆனால் அது வாடகைப் பணம் என்றாள்" ஆனா.

"சரி, நாம் ஓர் ஒப்பந்தம் செய்து கொள்வோம்."

"என்ன?"

"அதை என்னிடம் கொடு."

"நாம் வாடகை கொடுத்தாக வேண்டும்."

“பிறகு கொடுக்கலாம்.”

ஆனா அவசரமாக மறுத்தாள். அவளுடைய மணிக்கட்டைப் பற்றி அவளை மேஜையிலிருந்து எழவிடாமல் தடுத்தான். அங்குதான் சிறிது நேரத்திற்கு முன் அவர்கள் காலைச் சிற்றுண்டி சாப்பிட்டு இருந்தார்கள்.

அவளுடைய கையைக் கவனத்தைத் திருப்பும் விதமாகச் செல்லமாக வருடியவன், “எல்லாம் கொஞ்ச நாட்களுக்குத்தான்” என்றான். “நான் பந்துகளை விற்றவுடன் எல்லாவற்றிற்கும் போதுமான பணம் கிடைத்துவிடும்.”

ஆனா அதற்கு மசியவில்லை.

அன்றிரவு டாம்சொ அவளைத் திரைப்படத்திற்கு அழைத்துச் சென்றான். இடைவேளையின்போது நண்பர்களைப் பார்த்து அளவளாவும்போது கூட அவளுடைய தோள்களின் மீது இட்டிருந்த கையை அவன் எடுக்கவில்லை. அவர்கள் அரைகுறையாகப் படத்தைப் பார்த்து முடித்தார்கள். படம் முடிந்தபோது டாம்சொ பதற்றம் அடைந்தான்.

“இனி பணத்தை நான் கொள்ளை அடிக்கத்தான் வேண்டும்” என்றான்.

ஆனா தோள்களைக் குலுக்கிக் கொண்டாள். “சந்திக்கப் போகும் முதல் மனிதனை நான் கொள்ளையடிக்கப் போகிறேன்” என்ற டாம்சொ அவளை அழைத்துக் கொண்டு திரையரங்கிலிருந்து கூட்டத்தை விலக்கியபடி வெளியேறினான். “பிறகு கொலைக் குற்றத்திற்காக அவர்கள் என்னை ஜெயிலுக்குக் கொண்டு போவார்கள்.” ஆனா மனதுக்குள் சிரித்துக் கொண்டாள். ஆனால் எதையும் வெளிக்காட்டிக் கொள்ளக்கூடாது என்பதில் உறுதியாக இருந்தாள். அந்தக் கொந்தளிப்பான இரவிற்குப் பிறகு வந்த மறுநாள் காலையில் டாம்சொ பளிச்சென்று ஆடை அணிந்திருந்தபோதும் பதற்றத்தோடு காணப்பட்டான். அவன் மனைவிக்கு அருகில் சென்று உறுமினான்: “இனி நான் திரும்பப் போவதில்லை.”

ஆனாவால் தன் நடுக்கத்தைக் கட்டுப்படுத்த முடியவில்லை.

“உன் பயணம் சந்தோஷமாக அமையட்டும்” என்று கத்தினாள்.

கதவை அறைந்து சாத்திய பிறகு டாம்சொவிற்கு முடிவுறாத

அந்த வெறுமையோடிய ஞாயிற்றுக்கிழமை தொடங்கியது. எட்டு மணி பிராத்தனையை முடித்துவிட்டு திரும்பிக் கொண்டிருந்த பெண்களும் அவர்களுடைய குழந்தைகளும் பளிச்சென்று ஆடை அணிந்திருந்தார்கள். சந்தோஷத்தைப் பரப்பியவாறு அவர்கள் பிளாசாவைக் கடந்து சென்று கொண்டிருந்தார்கள். காற்றிலோ வெக்கை அதிகரித்துக்கொண்டிருந்தது.

அன்றைய தினத்தை அவன் பில்லியர்ட்ஸ் அறையில் கழித்தான். காலையிலேயே ஒரு குழுவாக மக்கள் சீட்டு விளையாடிக் கொண்டிருந்தார்கள். மதிய உணவிற்குக் கொஞ்சம் நேரத்திற்கு முன் கூடத்தில் வாடிக்கையாளர் கூட்டம் முண்டியடித்தது. இருந்தபோதும் நிறுவனம் அதன் கவர்ச்சியை இழந்துவிட்டது என்பது தெளிவாகத் தெரிந்தது. மாலையில் பேஸ்பால் சாம்பியன்ஷிப் போட்டி நடந்து கொண்டிருந்தபோதுதான் அது பழைய ஸ்திதிக்குச் சிறிது மீண்டது.

பில்லியர்ட்ஸ் அறையை அவர்கள் மூடிய பிறகு டாம்சொவிற்கு எங்கு போவது என்று தெரியவில்லை. பிளாசா வெறுமையோடிக் கிடந்தது. தொலைவில் ஒலித்துக்கொண்டிருந்த இனிமையான இசையைக் கேட்டபடி துறைமுகத்திற்கு அருகில் இருந்த தெருவில் நுழைந்தான். தெரு முனையில் ஒரு நடன அரங்கு இருந்தது. காகித மலர்களால் அலங்கரிக்கப்பட்ட அந்தப் பெரிய நடன அரங்கினுள் ஆட்கள் எவருமில்லை. அந்த நடன அரங்கிற்குப் பின்புறமிருந்த அறையின் மரமேஜையில் ஓர் இன்னிசைக் குழு பாடலொன்றை இசைத்துக்கொண்டிருந்தது. ஒப்பனைப் பொருட்களின் மணம் மூச்சடைக்கச் செய்தது.

டாம்சொ ஒரு மூலையில் அமர்ந்தான். இசைத் தொகுப்பு முடிந்தபோது அந்த இசைக்குழுவில் தாளம் தட்டிக்கொண்டிருந்த பையன் ஒருவன் நடனமாடிக் கொண்டிருந்த ஆட்களிடம் பணம் வசூலிக்கத் தொடங்கினான். அறையின் நடுவில் நடனமாடிக் கொண்டிருந்த பெண்ணொருத்தி அவளது ஜோடியைக் கழற்றி விட்டுவிட்டு டாம்சொவை நெருங்கினாள்.

“என்ன விசேஷம் வாலண்டினோ?”

டாம்சொ அவனுக்கு அருகிலிருந்த இருக்கையைக் காட்டினான். அதீத ஒப்பனையோடு காதில் பூ சொருகியிருந்த விடுதிப் பணியாளன் ஒருவன் உச்சஸ்தாயியில் குரல்

கொடுத்தான்: "என்ன வேண்டும்?"

அவள் டாம்சொவைப் பார்த்தாள்.

"என்ன குடிக்கலாம்?"

"ஒன்றும் வேண்டாம்."

"இது என்னுடைய விருந்து."

"அதற்கில்லை..." என்று மென்று விழுங்கினான் டாம்சொ. "எனக்குப் பசிக்கிறது"

"பாவம்" என்று பெருமூச்சு விட்டான் விடுதிப் பணியாள். "அந்தக் கண்களைப் பார்த்தாலே தெரிகிறது."

இருவரும் அறையின் பின்பக்கத்திலிருந்த உணவுவிடுதிக்குள் நுழைந்தார்கள். அவளுடைய உடல் வடிவைப் பார்த்தால் சின்னப் பெண் போல் தெரிகிறது. அவளுடைய ஒப்பனையும் உதட்டுச்சாயமும் உண்மையான வயதைத் தெரிந்து கொள்ள விடாமல் தடுக்கிறது. அவர்கள் உணவு சாப்பிட்ட பிறகு, டாம்சொ அவளைப் பின்தொடர, முற்றத்திற்குப் பின்னால் இருந்த இருட்டறைக்குப் போனார்கள். அங்கு உறங்கிக்கொண்டிருந்த மிருகங்களின் மூச்சொலியை அவர்களால் கேட்க முடிந்தது. குழந்தை ஒன்று படுக்கையை ஆக்கிரமித்து இருந்தது. நைந்து போன துணியால் அது மூடப்பட்டிருந்த்து. அந்தப் பெண் கந்தல் துணிகளை எடுத்துப் பெட்டியில் போட்டுவிட்டுக் குழந்தையை எடுத்து அதன் மேல் வைத்தாள். பிறகு பெட்டியைத் தரையில் எடுத்துவைத்தாள்.

"எலிகள் அவனைத் தின்றுவிடும்" என்றான் டாம்சொ.

"இல்லை. அவை அவனை ஒன்றும் செய்யாது" என்றாள் அவள்.

அவள் சிகப்பு நிற ஆடையைக் களைந்துவிட்டு, குட்டைக் கழுத்துடைய, பெரிய மஞ்சள் நிறப் பூக்கள் நிறைந்த ஒரு புதிய ஆடைக்கு மாறினாள்.

"இவனுடைய அப்பா யார்?"

"அதைப் பற்றி நான் கொஞ்சமும் யோசித்ததில்லை" என்றாள் அவள். பிறகு, வாயிலை நோக்கிப் போனவள் அங்கிருந்தபடியே, "நான் சீக்கிரம் வந்துவிடுவேன்" என்றாள்.

அவனுக்கு அவள் கதவைச் சாத்தும் சப்தம் கேட்டது. உடைகூடக் களையாமல் படுக்கையில் படுத்தவாறு பல சிகரெட்டுகளைக் குடித்துத் தீர்த்தான். சமயங்களில் இசையின் ஓசை அதிகரித்தபோதெல்லாம் அவன் படுக்கையும் அதிர்ந்தது. அவனை அறியாமலேயே அவன் தூங்கிவிட்டான். விழித்தெழுந்த போது, இசை எதுவும் கேட்காததால் அறை பெரிதாகக் காட்சியளித்தது.

அவள் படுக்கைக்கு அருகில் உடை களைந்து கொண்டிருந்தாள்.

"இப்போது நேரம் என்னவாக இருக்கும்?"

"ஏறத்தாழ நான்கு மணி இருக்கும்" என்றவள், "குழந்தை அழுததா?" என்று கேட்டாள்.

"அழுத மாதிரி தெரியவில்லை "என்றான் டாம்சொ.

அவள் டாம்சொவிற்கு அருகில் நெருக்கியடித்துக்கொண்டு படுத்துக் கொண்டாள். மெதுவாக அவனுடைய சட்டையைக் கழற்றத் தொடங்கினாள். அவளுடைய கண்கள் அவனையே ஆராய்ந்து கொண்டிருந்தன. அவள் அளவுக்கு அதிகமாகக் குடித்திருக்கிறாள் என்பதை டாம்சொ புரிந்து கொண்டான். விளக்கை அணைக்க முயன்றான்.

"அதை அப்படியே விட்டுவிடு" என்றாள் அவள். "எனக்கு உன் கண்களைப் பார்த்துக்கொண்டே இருக்க வேண்டும்."

விடிகாலையில் அந்த அறையில் வெளிச்சப்தங்கள் கேட்கத் தொடங்கின. குழந்தை அழுதது. அதை அவள் படுக்கைக்கு எடுத்துச் சென்று பாலூட்டினாள். எல்லோரும் தூங்கி விழும் வரை மூன்று வரியுள்ள ஒரு தாலாட்டுப் பாடலை அவள் பாடிக்கொண்டே இருந்தாள். ஏழுமணிக்கு அவள் விழித்து கொண்டதும் வெளியே சென்றதும் டாம்சொவிற்குத் தெரியாது. அவள் அறைக்குத் திரும்பியபோது கையில் குழந்தையில்லை என்பதை டாம்சொ கவனித்தான்.

"எல்லோரும் துறைமுகத்திற்குப் போகிறார்கள்" என்றாள் அவள்.

அன்றிரவு ஒருமணி நேரத்திற்குமேல் தான் தூங்கவேயில்லை என்பதை டாம்சொ உணர்ந்தான்.

"எதற்காக?"

"அந்தப் பந்துகளைத் திருடிய நீக்ரோவைப் பார்க்க" என்றாள் அவள். "இன்று அவனைக் கொண்டு போகிறார்கள்." டாம்சொ ஒரு சிகரெட் பற்றவைத்தான்.

"பாவம்" என்று பெருமூச்சு விட்டாள் அவள்.

"எதற்குப் பாவம்?" என்றான் டாம்சொ. "யாரும் திருடனாகும்படி அவனைக் கேட்டுக்கொள்ளவில்லையே."

அவனுடைய நெஞ்சில் தலை சாய்த்திருந்த பெண் ஒரு கணம் யோசித்தாள். பிறகு மெல்லிய குரலில், "அது அவனில்லை" என்றாள்.

"யார் சொன்னார்கள்?"

"எனக்குத் தெரியும்" என்றாள் அவள். "சூதாட்ட அரங்கில் திருட்டு நடந்த அன்று, பக்கத்து அறையில்தான் குளோரியாவோடு அவன் முழு இரவையும் கழித்தான். மறுநாளும் அவன் அங்குதான் இருந்தான். அவனைத் திரையரங்கில் வைத்துக் கைது செய்ததாக எல்லோரும் பேசிக் கொண்டார்கள்."

குளோரியா அதை போலீஸிடம் சொல்லியிருக்கலாமே.'

"நீக்ரோ அதை அவர்களிடம் சொல்லியிருக்கிறான்" என்றாள் அவள். குளோரியாவின் அறைக்குப் போன மேயர் அதைத் தலைகீழாகப் புரட்டிப் போட்டுவிட்டு அவளைக் கைது செய்யப் போவதாக மிரட்டியிருக்கிறார். கடைசியில் எல்லாம் இருபது பெசோவிற்கு முடிந்தது."

எட்டு மணி ஆவதற்குச் சிறிது நேரத்திற்கு முன் டாம்சொ எழுந்து கொண்டான்.

"இங்கு இரு" என்றாள் அவள். "உனக்காக மதிய உணவிற்கு ஒரு கோழி எடுக்கிறேன்."

சீப்பைப் பின்பாக்கெட்டில் வைத்துக்கொள்வதற்கு முன் உள்ளங்கையால் துடைத்தவன்.

இடுப்பைச் சுற்றி வளைத்து அவளை இழுத்து, "என்னால் முடியாது" என்றான். அவள் முகம் கழுவியிருந்ததால் பார்ப்பதற்கு உண்மையிலேயே ஒரு சின்னப் பெண் போல் காட்சியளித்தாள். அவளுடைய நீண்ட பெரிய கண்களைப் பார்த்தபோது ஒரு சோகம் இழையாடுவது தெரிந்தது.

லத்தீன் அமெரிக்கச் சிறுகதைகள் ☙ 87

அவனுடைய இடுப்பை அவள் கட்டிக்கொண்டாள்.

"இங்கு இரு" என்று வற்புறுத்தினாள்.

"நிரந்தரமாகவா?"

ஒரு கணம் அவள் முகத்தில் ஒரு வெட்கம் தோன்றி மறைந்தது. உடன் சமாளித்துக்கொண்டாள்.

"ஜோக்கர்" என்றாள் அவள்.

அன்றைய தினம், காலை வேளையின்போது ஆனா தன்னைச் சோர்வாக உணர்ந்தாள். ஆனால் நகரத்திலோ கிளர்ச்சி பரவிக் கொண்டிருந்தது. வழக்கத்திற்கு மாறாக அந்த வாரம் வெளுப்பிற்கான துணிகளை வேகமாகத் திரட்டிவிட்டு நீக்ரோவைக் கொண்டு போவதைப் பார்ப்பதற்காகத் துறை முகத்திற்குப் போனாள். புறப்படப்போகும் படகுகளுக்கு அருகே ஒரு கூட்டம் பொறுமையில்லாமல் காத்துக்கொண்டிருந்தது. டாம்சொவும் அங்கிருந்தான்.

ஆள்காட்டி விரலால் டாம்சொவின் வயிற்றில் குத்தினாள் ஆனா.

திடுக்கிட்ட டாம்சொ "இங்கு என்ன செய்து கொண்டிருக்கிறாய்?" என்று கேட்டான்.

"உன்னைப் பார்க்கத்தான் வந்தேன்" என்றாள் அவள்.

டாம்சொ அருகிலிருந்த விளக்குக் கம்பத்தை மணிக்கட்டால் குத்தினான்.

"இழவு" என்றான் அவன்.

ஒரு சிகரெட்டைப் பற்றவைத்த பிறகு காலிப் பெட்டியை ஆற்றினில் எறிந்தான். ரவிக்கைக்குள்ளிருந்து மற்றொரு சிகரெட் பாக்கெட்டை எடுத்து அவனுடைய சட்டைப் பையில் வைத்தாள் ஆனா. டாம்சொ முதல் முறையாகச் சிரித்தான்.

"நீ திருந்தப் போவதில்லை" என்றான் அவன்.

ஆனா "ஹாஹா" என்று சிரித்தாள்.

சிறிது நேரத்திற்குப் பிறகு நீக்ரோவைப் படகில் ஏற்றினார்கள். கயிற்றைக் கொண்டு அவனுடைய கைகளைப் பின்புறமாகக் கட்டியிருந்தார்கள். கயிற்றின் ஒரு முனையை

ஒரு போலீஸ்காரர் பிடித்துக் கொள்ள பிளாசாவினூடாக அவனை அழைத்து வந்தார்கள். பக்கவாட்டில் துப்பாக்கி ஏந்திய இரண்டு போலீஸ்காரர்கள் அவனோடு நடந்து வந்தார்கள். அவனுடைய சட்டை காணாமல் போயிருந்தது. கீழ் உதடு கிழிந்து தொங்கியது. ஒரு குத்துச்சண்டை வீரனைப் போல் புருவம் வீங்கியிருந்தது. கூட்டத்தின் பார்வையை அவன் கௌரவமாகத் தவிர்த்து நடந்தான். பில்லியர்ட்ஸ் அறையின் வாயிலில் இரண்டு தரப்புகளையும் பார்ப்பதற்காகப் பெரும் கூட்டம் கூடியிருந்தது. தலை கவிழ்ந்தபடி அமைதியாக அவன் கடந்து செல்வதை பில்லியர்ட்ஸ் அறையின் முதலாளி பார்த்தார். கூட்டம் அவனை ஆர்வத்தோடு கவனித்தது.

படகு உடனேயே கிளம்பியது. கைகள் கட்டப்பட்டபடி படகின் மேல் தளத்தில் அவன் நின்று கொண்டிருந்தான். அவனுடைய கால்கள் எண்ணெய் பீப்பாயில் சேர்த்துக் கட்டப்பட்டிருந்தன. ஆற்றின் மத்தியில், கடைசி சீழ்க்கையை அடித்தபடி படகு திரும்பியபோது நீக்ரோவின் முதுகு மட்டும் தெரிந்தது.

“பாவம்” என்று கிசுகிசுத்தாள் ஆனா.

அவளுக்கு அருகிலிருந்த யாரோ “திருட்டுப் பயல்கள்” என்று சொன்னார்கள். “இப்படிப்பட்ட வெயிலை ஒரு சாதாரண மனிதனால் தாங்க முடியாது.”

ஒரு அசாதாரண குண்டுப் பெண்மணியிடமிருந்துதான் குரல் வருகிறது என்பதை டாம்சொ கண்டுகொண்டான். பிளாசாவை நோக்கி நகரத் தொடங்கியபோது ஆனாவின் காதுகளில் ரொம்ப பேசுகிறாய் என்று கிசுகிசுத்தான். “இனி நீ செய்ய வேண்டியதெல்லாம் ஊரைக் கூட்டி முழுக்கதையையும் சொல்ல வேண்டியதுதான்.” பில்லியர்ட்ஸ் அறையின் வாசல் வரை ஆனா அவனைப் பின்தொடர்ந்தாள்.

அவனை விட்டு நகர்ந்தபோது “தயவுசெய்து வீட்டிற்குப் போய் உடை மாற்றிகொள்” என்றாள். “நீ ஒரு பிச்சைக்காரனைப் போல் காட்சியளிக்கிறாய்.”

அந்த நிகழ்ச்சியால் கிளர்ச்சியுற்ற ஒரு கூட்டம் பில்லியர்ட்ஸ் அறைக்குத் திரும்பியது. எல்லா மேஜைகளுக்கும் வேண்டியதைக் கவனிப்பதற்கும் பரிமாறுவதற்கும் ரோக் முயற்சி செய்துகொண்டிருந்தார். டாம்சொ ரோக் தன்னைக்

கடந்து செல்வதற்காகக் காத்துக் கொண்டிருந்தான்.

"ஏதாவது உதவி தேவையா ரோக்."

அரை டஜன் பீர் பாட்டில்களையும் கழுத்து ஒடிந்த கிளாஸ்களையும் ரோக் அவன் முன் எடுத்து வைத்தார்.

"நன்றி பையா."

டாம்சொ பாட்டில்களை மேஜைக்கு எடுத்துச்சென்றான். நிறைய ஆர்டர்கள் எடுத்தான். மதிய உணவிற்காக வாடிக்கையாளர்கள் கிளம்பும் மட்டும் பாட்டில்களை எடுப்பதும் கொடுப்பதுமாக இருந்தான். விடிகாலையில் அவன் அறைக்குத் திரும்பியபோது அவன் குடித்திருக்கிறான் என்பதை ஆனா தெரிந்து கொண்டாள். அவன் கையை எடுத்து வயிற்றில் வைத்தாள்.

"இங்கு பார்" என்றாள். "உன்னால் உணர முடிகிறதா?"

டாம்சொ ஆர்வம் காட்டவில்லை.

"அவன் இப்போது உதைக்கிறான்" என்றாள் ஆனா. "இப்போதெல்லாம் ஒவ்வொரு நாளும் இரவில் ஒரு குட்டி உதை கொடுக்கிறான்."

அவன் எதையும் வெளிக்காட்டிக் கொள்ளவில்லை. ஆழ்ந்த யோசனையில் மூழ்கியிருந்தான். மறுநாள் அதிகாலையிலேயே கிளம்பியவன் நள்ளிரவில்தான் வீடு திரும்பினான். ஒரு வாரம் இப்படியே கழிந்தது. வீட்டில் இருந்த கொஞ்ச நேரத்திலும் சிகரெட் குடித்தபடி படுத்துக் கிடந்தான். பேச்சை அதிகம் தவிர்த்தான். ஆனா, அவனுடைய கவனத்தைக் கவருவதற்கான முயற்சிகளைத் தீவிரப்படுத்தினாள். ஒரு சமயம் அவர்கள் வாழ்க்கையைத் தொடங்கியபோது அவன் இம்மாதிரி நடந்துகொண்டான். அதன் பிறகு அவன் மனம் கோணும் விதத்தில் அவள் நடந்து கொள்ளவில்லை. ஒரு முறை டாம்சொ அவளைப் படுக்கையில் தள்ளி முகத்தில் குத்த அவளுக்கு ரத்தம் கொட்டியது.

இம்முறை அவள் பொறுமையாகக் காத்திருந்தாள். விளக்கிற்குப் பக்கத்தில் ஒரு சிகரெட் பாக்கெட்டை எடுத்துவைத்தாள். அவனால் பசியையோ தாகத்தையோ பொறுத்துக்கொள்ள முடியும், ஆனால் சிகரெட் குடிக்காமல்

இருக்கமுடியாது என்பதை அவள் தெரிந்துவைத்திருந்தாள். இறுதியாக, ஜூலை மாதத்தின் மத்தியில் ஒருநாள் டாம்சொ சாயங்காலம் வீடு திரும்பினான். அவ்வேளையில் அவன் அவளைத் தேடியதைப் பார்த்து அவன் மிகவும் குழம்பிப் போயிருக்கிறான் என்று நினைத்து ஆனா பதற்றம் அடைந்தாள். அவர்கள் மௌனமாக உணவு உட்கொண்டார்கள். படுக்கைக்குச் சென்றபோதும் டாம்சொ குழம்பியே காணப்பட்டான். பிறகு தைரியத்தைத் திரட்டிக்கொண்டு அவன் சொன்னான்:

"நான் இந்த இடத்தை விட்டுப் போக வேண்டும்."

"எங்கு?"

"எங்காவது."

அறையைச் சுற்றி பார்வையை ஓட்டினாள் ஆனா. சுவர்களில் பருவ இதழ்களின் அட்டையை எடுத்து ஒட்டியிருந்தாள் அவள். நைந்து சாயம் போன திரை நட்சத்திரங்கள் சுவரை ஆக்கிரமித்திருந்தனர். எவ்வளவு படங்களை ஒட்டியிருக்கிறோம் என்பதையோ சுவர்களின் வண்ணம் என்ன என்பதையோ அவள் மறந்துவிட்டிருந்தாள்.

"உனக்கு என்னைச் சலித்துவிட்டது" என்றாள் அவள்.

"அப்படியில்லை" என்றான் டாம்சொ. "இந்த நகரம்தான் எனக்குச் சலித்துவிட்டது."

"மற்ற நகரங்களைப் போல்தான் இதுவும்."

"என்னால் பந்துகளை விற்க முடியவில்லை" என்றான் டாம்சொ.

"அந்தப் பந்துகளை விட்டுத் தள்ளு" என்றாள் ஆனா. "எவ்வளவு காலத்திற்கு இந்தச் சக்தியை கொடுக்க ஆண்டவன் தயாராக இருக்கிறானோ அவ்வளவு காலத்திற்கு இந்தத் துணிகளோடு மல்லுகட்ட நான் தயாராக இருக்கிறேன். இனி இம்மாதிரியான விஷயங்களில் நீ ஈடுபடக் கூடாது" என்றாள். பிறகு மெதுவாக, "எப்படித்தான் இந்த வேலையைச் செய்யவேண்டும் என்ற எண்ணம் உனக்குத் தோன்றியதோ."

பதில் சொல்வதற்கு முன் சிகரெட்டைக் குடித்து முடித்தான் டாம்சொ.

“இது மிகவும் சாதாரண விஷயம். இது ஏன் யாருக்கும் தோன்றவில்லை என்பதை என்னால் புரிந்துகொள்ள முடியவில்லை” என்றான் அவன்.

“பணத்திற்காக யாரும் இப்படிப் பந்துகளைத் திருடமாட்டார்கள்” என்றாள் ஆனா.

“நான் இதையெல்லாம் யோசிக்கவில்லை “என்றான் அவன். “திரும்பும்போது கல்லாவிற்கு அருகில் ஒரு பெட்டியைப் பார்த்தேன். இவ்வளவு கஷ்டப்பட்ட பிறகு எதற்குக் கைவீசிக்கொண்டு திரும்ப வேண்டும் என்று எடுத்து வந்து விட்டேன்.”

“அதுதான் உன்னுடைய தவறு” என்றாள் ஆனா.

டாம்சொவின் மனம் தணிந்தது. “புதிய பந்துகள் இன்னமும் வந்து சேரவில்லை” என்றான். “இப்போதெல்லாம் விலை அதிகம் என்று அவர்கள் சொன்னதால் ஆர்டரை ரத்து செய்து விட்டாதாக ரோக் சொன்னார்.” பேசியபடியே மற்றொரு சிகரெட்டைப் பற்றவைத்தான். கெட்ட சிந்தனைகளில் மூழ்கிக் கிடந்த அவனுடைய இதயம் அவற்றிலிருந்து விடுபடுவதாக உணரத் தொடங்கினான்.

பில்லியர்ட்ஸ் மேஜையை விற்றுவிடலாம் என்று அந்த முதலாளி முடிவு செய்திருப்பதை டாம்சொ ஆனாவிடம் தெரிவித்தான். அது அதிகம் விலை போகாது. விளையாட்டைப் புதிதாகக் கற்றுக் கொள்பவர்கள் பில்லியர்ட்ஸ் மேஜையின் துணியை அவர்களுடைய தந்திரங்களால் கிழித்து வைத்திருந்தார்கள். சதுரம் சதுரமாக ஒட்டுப் போட்டு முதலாளி அதைச் சரி செய்திருந்தபோதும் அதைப் பார்த்தபோது அதை முழுமையாக மாற்றி ஆகவேண்டும் என்று தோன்றியது. இதற்கிடையில் அந்த பில்லியர்ட்ஸ் பந்துகளோடு வளர்ந்தவர்களுக்கு பேஸ்பால் சாம்பியன்ஷிப் போட்டியைக் கேட்பதைத் தவிர வேறு சந்தோஷம் இல்லை என்று ஆகிவிட்டது.

“ஆக, நம்மை அறியாமலேயே நாம் இந்த முழு நகரத்தையும் வேதனைக்குள்ளாக்கிவிட்டோம் என்று தெரிகிறது” என்றான் டாம்சொ.

“ஒன்றுமில்லாத விஷயத்திற்காக” என்றாள் ஆனா.

“அடுத்த வாரம் போட்டி முடிந்துவிடும்” என்றான் டாம்சொ.

“அதுகூட அவ்வளவு மோசமில்லை. ஆனால் அந்த நீக்ரோவின் பாடுதான் படுமோசம்” என்றாள் ஆனா. அவனுடைய தோளில் சாய்ந்தவள் பழைய நாட்களில் சாய்ந்தது போல் அவன் என்ன யோசித்துக்கொண்டிருக்கிறான் என்பதை அவள் அறிந்திருந்தாள். அவன் சிகரெட் குடித்து முடிக்கும் வரை பொறுமையாகக் காத்திருந்தாள். பிறகு தாழ்ந்த தொனியில் அவள் சொன்னாள்:

“டாம்சொ.”

“என்ன விஷயம்?”

“அதைத் திருப்பிக் கொடுத்து விடு.”

அவன் மற்றொரு சிகரெட்டைப் பற்றவைத்தான்.

“அதைத்தான் நானும் பல நாட்களாக யோசித்துக் கொண்டிருக்கிறேன்” என்றான் அவன். ஆனால்… இழவு. அதை எப்படித் திருப்பிவைப்பது என்று எனக்குத் தெரியவில்லை.”

ஆக பந்துகளைப் பொது இடத்தில் விட்டுச் செல்வது என்று அவர்கள் தீர்மானித்தார்கள். பிறகு, பில்லியர்ட்ஸ் அறையின் பிரச்னையை அது தீர்த்துவைத்து விடும் என்றாலும் நீக்ரோவின் பிரச்னையை அது தீர்த்து வைக்காதே என்று ஆனா யோசித்தாள். போலீஸ் அவனைக் குற்றச்சாட்டிலிருந்து விடுவிக்காமலேயே பிரச்னையைத் தீர்த்துவைக்க முயலுபவனைப் பல வழிகளில் தேடத் தொடங்கும். மேலும் ஒரு சாத்தியப்பாட்டை அவள் மறந்துவிட்டிருந்தாள். பந்துகளைக் கண்டெடுக்கும் ஒருவன் அதைத் திருப்பிக் கொடுப்பதற்குப் பதிலாக அதை விற்க முயலுவதற்கும் வாய்ப்பு இருக்கிறது.

“சரி, எப்படியிருந்தாலும் இதைச் சரிசெய்ய வேண்டும் என்று தீர்மானித்தாயிற்று” என்ற ஆனா “இதை இப்போதே சரிசெய்துவிடுவோம்” என்றாள்.

பந்துகளை அவர்கள் தோண்டி எடுத்தார்கள். ஆனா அதை நாளிதழ்களால் பொதிந்து கொடுத்த விதம் அதனுள் இருக்கும் பொருளின் வடிவத்தை மறைக்கும் விதத்தில் இருந்தது. பின்பு அதைப் பெட்டியினுள் எடுத்து வைத்தாள்.

“நல்ல தருணத்திற்காக நாம் காத்துக்கொண்டிருக்க வேண்டியதுதான்” என்றாள் அவள்.

ஆனால் அதற்காக அவர்கள் பல வாரங்கள் காத்திருக்க

வேண்டியதாயிற்று. திருட்டு நடந்து முடிந்த இரண்டு மாதங்களுக்குப் பிறகு - ஆகஸ்ட் மாத இரவில் - இருபதாம் தேதி டாம்சொ ரோக்கைச் சந்தித்தான். கல்லாவிற்கு அருகில் உட்கார்ந்த ரோக் விசிறியால் கொசுக்களை விரட்டிக் கொண்டிருந்தார். ரேடியோ அணைக்கப்பட்டிருந்ததால் அவருடைய தனிமை தீவிரப்பட்டிருப்பது போல் தோன்றியது.

"நான் சொன்னேன் அல்லவா" என்ற ரோக்கின் குரலில் அவருடைய தீர்க்கதரிசனம் பலித்துவிட்டது என்பதின் சந்தோஷம் படர்ந்திருந்தது.

"தொழில் படுத்துவிட்டது."

இசைப்பேழையில் டாம்சொ ஒரு நாணயத்தைப் போட்டான். அந்த இசையும் சப்தமும் அவருடைய விசுவாசத்தின் குறியீடாக இரைச்சல் மிகுந்த சாட்சியாக அவனுக்குக் காட்சியளித்தன. ஆனால் இதையெல்லாம் ரோக் கவனிக்கவில்லை என்கிற விதமான எண்ணமும் அவனுக்கு இருந்தது. ஒரு நாற்காலியை இழுத்துப் போட்டுக்கொண்டு அவர் அருகில் உட்கார்ந்தான். குழப்பமான காரணங்களை அடுக்கியபடி அவருக்கு ஆறுதல் சொல்ல முயன்றான். அவரோ விசிறியின் இரைச்சலில் அவனுடைய வாதங்களையெல்லாம் உணர்ச்சிவசப்படாமல் நிராகரித்துக் கொண்டிருந்தார்.

"இதற்காக ஒன்றும் செய்யமுடியாது" என்று அவர் சொன்னார். "பேஸ்பால் சாம்பியன்ஷிப் போட்டி ரொம்ப நாள் நீடிக்காது."

"பந்துகளைக் கொண்டுவந்தால்..."

"பந்துகளை எளிதாகக் கொண்டுவர முடியாது."

"நீக்ரோ அதைச் சாப்பிட்டிருக்க மாட்டான்."

"போலீஸ் அதை எல்லா இடங்களிலும் தேடியாயிற்று" என்றார் ரோக் எரிச்சல் படர்ந்த தொனியில்.

"அவன் அதை ஆற்றில் எறிந்திருக்கலாம்."

"ஏதாவது அதிசயம் நிகழலாம் அல்லவா."

"உன்னுடைய பிரமைகளை எல்லாம் மறந்துவிடு பையா" என்றார் ரோக். "துரதிர்ஷ்டம் என்பது நத்தை மாதிரி. அற்புதங்களில் எல்லாம் உனக்கு நம்பிக்கை இருக்கிறதா?"

டாம்சொ அவ்விடத்தை விட்டு நகர்ந்தபோது படம் முடிந்திருக்கவில்லை. அந்த இருண்ட நகரில் நீண்ட மற்றும் உடைந்த வசனங்கள் ஒலிபெருக்கியின் மூலமாக எதிரொலித்துக் கொண்டிருந்தன. திறந்து கிடந்த வீடுகளில் அப்போதைக்கான ஏதோவொன்று மறைந்து கிடந்தது. டாம்சொ படம் ஓடிக்கொண்டிருந்த திசையில் சுற்றித்திரிந்தான். பிறகு நடன அரங்கு ஒன்றில் நுழைந்தான்.

ஒரே சமயத்தில் இரண்டு பெண்களுடன் நடனமாடிக் கொண்டிருந்த வாடிக்கையாளன் ஒருவனுக்காக ஓர் இசைக்குழு இசையமைத்துக் கொண்டிருந்தது. சுவருக்கு எதிரில் போடப்பட்டிருந்த நாற்காலிகளில் ஜாக் கிரதையாக உட்கார்ந்திருந்த சிலர் தபால்காரனுக்காகக் காத்துக்கொண்டிருந்தார்கள். டாம்சொ ஒரு மேஜையில் சென்று உட்கார்ந்தான். விடுதிப் பணியாளனை அழைத்து பீர் கொண்டு வரும்படி சைகை புரிந்தான். பீரை பாட்டிலோடு குடித்தான். மூச்சு விடுவதற்காக சற்று நிறுத்தியவன் மீண்டும் தொடர்ந்தான். கண்ணாடிக் குவளையின் ஊடாக இரண்டு பெண்களோடு நடனமாடிக் கொண்டிருந்த ஒரு மனிதனை அவதானித்தான். நடனமாடிக்கொண்டிருந்த மனிதன் அந்தப் பெண்களைவிட குள்ளமாகக் காட்சியளித்தான்.

படத்திற்குச் சென்றிருந்த பெண் நள்ளிரவில் திரும்பினாள். ஆண்கள் கூட்டம் ஒன்று அவளைப் பின்தொடர்ந்து வந்தது. அந்தக் கூட்டத்தில் டாம்சொவின் தோழியும் இருந்தாள். அவளுடைய நண்பர்களைத் தவிர்த்துவிட்டு அவள் டாம்சொவின் மேஜையில் வந்து அமர்ந்தாள்.

டாம்சொவோ அவளை ஏறெடுத்துப் பார்க்கவில்லை. அரைடஜன் பீர்களைக் குடித்திருந்ததோடு அந்த மனிதனையே பார்த்துக் கொண்டிருந்தான். அவனோ எவரையும் பொருட்படுத்தாது மூன்று பெண்களோடு நடனமாடிக்கொண்டிருந்தான். சிக்கலான நடன அசைவுகளின் நிமித்தம் அவனுடைய கவனம் திசை திரும்பியது. அவன் பார்க்க மகிழ்ச்சியாக இருந்தான். கைகால்களோடு ஒரு வாலும் இருந்தால் அவன் மேலும் சந்தோஷமாக இருப்பான் என்று டாம்சொவிற்குத் தோன்றியது.

"எனக்கு அவனைப் பிடிக்கவில்லை" என்றான் டாம்சொ.

"சரி, பார்க்காதே" என்றாள் அவள்.

விடுதிப்பணியாளரிடம் அவள் மேலுமொரு கிளாஸ் ஆர்டர் செய்தாள். நடன அரங்கு தம்பதியரால் நிறையத் தொடங்கியது. மூன்று பெண்களோடு நடனமாடிக்கொண்டிருந்த அந்த மனிதன், தான் மட்டும் அரங்கில் இருப்பதான கற்பனையில் ஆடிக்கொண்டிருந்தான். ஒரு நடனத் திருப்பத்தில் அவனுடைய கண்கள் டாம்சொவின் கண்களைச் சந்தித்தது. டாம்சொவிற்கு அவனுடைய முயல் பற்களைக் காட்டிச் சிரித்தவன் ஆட்டத்தின் வேகத்தை அதிகரித்தான். அவன் எரிச்சலடைந்து முதுகைத் திருப்பிக்கொள்ளும் வரை கண் இமைக்காமல் டாம்சொ அவனையே வெறித்துப் பார்த்தான்.

“அவன் ரொம்ப சந்தோஷமாக இருப்பதாகத் தன்னை நினைத்துக் கொண்டிருக்கிறான்” என்றான் டாம்சொ.

“அவன் ரொம்ப சந்தோஷமாகத்தான் இருக்கிறான்” என்றாள் அவள். “ஒவ்வொரு முறை நகருக்கு வரும்போதும் எல்லா விற்பனையாளர்களைப் போல் அவனும் நடனத்திற்கு அதிகச் செலவு செய்வான்.”

டாம்சொ பார்வையை அவளைப் பார்த்துத் திருப்பினான்.

“பிறகு அவனோடு போக வேண்டியதுதானே” என்றான் அவன். “எங்கு மூன்று நபருக்கு இடமிருக்கிறதோ அங்கு நாலாவது நபருக்கும் இடமிருக்கும்.”

பதில் பேசாமல் அவள் முகத்தைத் திருப்பி நடனத்தை வேடிக்கை பார்க்கத் தொடங்கினாள். ஒவ்வொரு மடக்காகக் குடித்தாள். வெளிறிய மஞ்சள் உடை அவளுடைய வெட்கத்தை அதிகரித்துச் செய்தது. அடுத்த ஆட்டத்தைத் தொடர்ந்தார்கள். அது முடிந்தபோது டாம்சொ முணுமுணுத்தான்.

அவளோ, “பசியால் செத்துக்கொண்டிருக்கிறேன்” என்றாள். கையைப் பிடித்துக் கல்லாவை நோக்கி அழைத்தவள், “நீயும் என்னோடு சாப்பிட்டாக வேண்டும்” என்றாள். எதிர்திசையிலிருந்து மூன்று பெண்களோடு மகிழ்ச்சிகரமான அம்மனிதன் எதிர்பட்டான்.

“நில்” என்றான் டாம்சொ.

அவன் நிற்காமல் டாம்சொவைப் பார்த்துச் சிரித்தபடி நகர்ந்தான். அவனுடைய கூட்டாளிப் பெண்களைப் போக அனுமதித்த டாம்சோ அவனுடைய பாதையை வழிமறித்தான்.

“எனக்கு உன் பற்களைப் பிடிக்கவில்லை.”

அவனுடைய முகம் வெளிறியது. இருந்தும் அவன் தொடர்ந்து புன்னகைத்தான். “எனக்கும்தான்” என்றான்.

டாம்சொவை அந்தப் பெண் தடுப்பதற்குள் அவனுடைய முகத்தில் டாம்சொ ஒரு குத்துவிட்டான். அவன் நடன அரங்கின் நடுவில் உட்கார்ந்துவிட்டான். வாடிக்கையாளர்கள் எவரும் குறுக்கிடவில்லை. மூன்று பெண்களும் டாம்சொவின் இடுப்பைக் கட்டிக்கொண்டு கூச்சலிட்டபோது அவனுடைய கூட்டாளி அரங்கின் பின்பக்கத்திற்கு அந்த மனிதனைத் தள்ளிக்கொண்டு போனான். அடிவாங்கியதால் முகம் வீங்கிவிட்டிருந்த அவன் எழுந்து கொண்டான். குரங்கைப் போல் நடன அரங்கின் மையத்தை நோக்கி குதித்துக்கொண்டு வந்து கத்தினான்: “இசையைப் போடு.”

இரண்டு மணி ஆனபோது அரங்கு ஏறக்குறைய காலியாகிவிட்டது. வாடிக்கையாளர்கள் இல்லாத பெண்கள் சாப்பிடத் தொடங்கியிருந்தார்கள். நல்ல வெக்கை. பீன்ஸ் சாதமும் வேக வைக்கப்பட்ட மாமிசமும் எடுத்துக்கொண்டு அவள் மேஜையை நோக்கி வந்தாள். ஸ்பூனைக் கொண்டு எல்லாவற்றையும் சாப்பிட்டாள். டாம்சொ ஒருவித எரிச்சலோடு அவளைப் பார்த்தான். அவனுக்காக ஒரு ஸ்பூன் சாதத்தை எடுத்தவள்: “வாயைத் திற” என்றாள்.

டாம்சொவின் தாடை நெஞ்சைத் தொட்டது. தலையை உலுக்கிக் கொண்டான். “இது பெண்களுக்குத்தான்” என்றான். “ஆண்கள் நாங்கள் இதைச் சாப்பிடுவதில்லை” என்றான்.

எழுந்து கொள்வதற்காக மேஜையில் கைகளை ஊன்றினான். அவன் சமநிலையைத் தக்கவைத்துக் கொண்டபோது விடுதிப் பணியாள் அவன் முன் தோன்றினான்.

“ஒன்பது ஆகிவிட்டிருக்கிறது” என்றான் அவன்.

“இந்த விருந்து வீட்டில் நடக்கவில்லை.”

டாம்சொ அவனை விலக்கியபடி நடந்தான். “எனக்குக் கிறுக்கர்களைப் பிடிக்காது” என்றான் அவன்.

விடுதிப் பணியாளன் டாம்சொவின் சட்டையை எட்டிப்பிடித்தான். பிறகு அந்தப் பெண்ணிடமிருந்து கிடைத்த சைகையால் அவனைப் போக அனுமதித்தவன்

சொன்னான்: "நீ எதைத் தொலைத்திருக்கிறாய் என்று உனக்குத் தெரியவில்லை."

வெளியே டாம்சொ தள்ளாடினான். நிலவொளியில் எழுந்த ஆற்றின் பிரகாசம் மூளைக்குள் சில சுவடுகளைத் தெளிவுபடுத்தியது. அவனுடைய வீட்டுக் கதவைப் பார்த்தபோது தான், நகரின் மறுபக்கத்தில் இருக்கிறது டாம்சொவின் வீடு, தூக்கத்திலேயே தான் நடந்து வந்திருக்கிறோம் என்பது அவனுக்குப் புரிந்தது. தலையை உலுக்கிக் கொண்டான். தன்னைக் குழப்பமாக உணர்ந்தபோதும் தன்னுடைய ஒவ்வொரு நடவடிக்கையையும் கூர்ந்து கவனிக்க வேண்டும் என்பதை அவசரமாக உணர்ந்தான். கதவின் கீல் கிறீச்சிடாமல் இருக்கவேண்டும் என்பதற்காகக் கதவை ஜாக்கிரதையாகத் திறந்தான்.

பெட்டியில் எதையோ தேடிக்கொண்டிருக்கிறான் என்பதை ஆனா புரிந்து கொண்டாள். விளக்கிலிருந்து வந்த வெளிச்சத்தைத் தவிர்ப்பதற்காகச் சுவரைப் பார்த்துத் திரும்பிப் படுத்துக் கொண்டாள். பிறகு தான் அவளுடைய கணவன் உடை களையாமல் நின்றுகொண்டிருந்தது அவளுக்கு உறைத்தது. உள்ளுணர்வின் ஒரு கீற்று அவளைப் படுக்கையிலிருந்து எழச் செய்தது. பெட்டிக்கு அருகில் பந்துப் பொட்டலத்தோடு டாம்சொ நின்று கொண்டிருந்தான்.

அவளைப் பார்த்து ஆள்காட்டி விரலை உதட்டில் வைத்தான்.

ஆனா படுக்கையிலிருந்து துள்ளி எழுந்தாள். கதவைப் பார்த்து ஓடியவாறு, "கிறுக்கன்" என்று முணுமுணுத்தாள். சட்டென்று தாழ்ப்பாளைப் போட்டாள். கைவிளக்கை எடுத்து பேண்ட் பாக்கெட்டில் போட்டுக்கொண்டான் டாம்சொ. ஓரிரு கூர்மையான கம்பிகளையும் ஒரு கத்தியையும் எடுத்துப் போட்டுக் கொண்டவன் பொட்டலத்தைக் கையில் இடுக்கிக்கொண்டு ஆனாவைப் பிடித்துத் தள்ளினான். ஆனா அவளுடைய முதுகைக் கதவில் சாய்த்துக்கொண்டாள்.

"நான் உயிரோடு இருக்கும் வரை நீ இங்கிருந்து போக முடியாது" என்றாள் அமைதியாக.

டாம்சொ அவளைத் தள்ள முயன்றான். "வழி விடு" என்றான் அவன். இரண்டு கைகளாலும் தாழ்ப்பாளை இறுகப்

பிடித்து கொண்டாள். இருவரும் ஒருவருடைய கண்களை ஒருவர் இமைக்காமல் பார்த்துக்கொண்டார்கள். “நீ ஒரு கழுதை” என்று கிசுகிசுத்தாள் அவள். “ஆண்டவன் எதை உன் கண்களுக்குக் கொடுத்திருக்கிறானோ அதை மூளையிலிருந்து எடுத்து விட்டான்.” அவளுடைய தலைமயிரைப் பற்றி இழுத்த டாம்சொ, அவளுடைய கைகளை முறுக்கி தலை குனியவைத்தான்; பற்களை நறநறவென்று கடித்தபடி, “வழி விடு என்று சொன்னேன்” என்றான். ஆனா டாம்சொவை ஓர் ஓரப் பார்வை பார்த்தாள். அது நுகத்தடியில் மாட்டிய எருதுவின் பார்வையை ஒத்திருந்தது. ஒரு கணம் அவளுடைய கணவன் அனுபவிக்கும் வலியைக் காட்டிலும் அதிகமான பொறுக்க முடியாத வலியை அவள் உணர்ந்தாள். இருந்தபோதும் அவன் அவள் கண்ணீர் உகுக்கும் மட்டும் அவளுடைய தலை மயிரை முறுக்கிக்கொண்டே இருந்தான்.

“என்னுடைய வயிற்றில் இருக்கும் குழந்தையை நீ கொல்லப் போகிறாய்” என்றாள் அவள்.

தரதரவென்று அவளை இழுத்த டாம்சொ, ஏறக்குறைய அவளைத் தூக்கிப் படுக்கையில் எறிந்தான். அவன் அவளை விட்ட உடனேயே அவள் படுக்கையிலிருந்து துள்ளிக் குதித்து அவனுடைய கால்களைக் கட்டிக் கொண்டாள். இருவரும் படுக்கையில் விழுந்தனர். பிணைந்து கிடந்த அவர்கள் எழ முயற்சித்தார்கள். “நான் கத்தப் போகிறேன்” என்று ஆனா அவனுடைய காதில் கிசுகிசுத்தாள். கோபத்தில் சீறிய டாம்சொ பந்துப் பொட்டலத்தால் ஆனாவின் மணிக்கட்டில் அறைந்தான். ஆனாவிடமிருந்து ஒரு சிறிய அழுகை வெளிப்பட்டது. கால்களின் பிடியைத் தளர்த்தியவள், அவன் கதவை நோக்கிப் போவதைத் தடுப்பதற்காக அவனுடைய இடுப்பைக் கட்டிக்கொண்டாள். பிறகு அவள் கெஞ் சத் தொடங்கினாள். “சத்தியமாக நானே அதை எடுத்துச் செல்கிறேன்” என்றாள் அவள். “யாரும் கவனிப்பதற்கு முன் நான் அதைத் திருப்பி வைத்து விடுவேன்.” கதவை நெருங்க நெருங்கப் பந்தால் கைகளில் அறையத் தொடங்கினான் டாம்சொ. வலி பொறுக்க முடியாமல் போகும்போது ஒரு கணம் அவளுடைய பிடி தளரும். அவனைப் போக அனுமதிப்பாள். பிறகு அவனைக் கட்டிக்கொண்டு மீண்டும் கெஞ்சுவாள்.

“அது நான்தான் என்று ஒத்துக்கொள்கிறேன்” என்றாள் அவள். “இப்படியே அவர்கள் என்னை ஜெயிலில் போடட்டும்.”

டாம்சொ அவளைப் பிடித்துத் தள்ளினான். “இந்த மொத்த நகரமும் உன்னைப் பார்க்கும்” என்றாள் அவள். “இன்று பௌர்ணமி என்பதுகூட உனக்குத் தெரியவில்லை. நீ ஒரு சுத்த மடையன்.” என்றாள். அவன் தாழ்ப்பாளைப் திறக்கும் முன் மீண்டும் அவனைப் பிடித்துக்கொண்டாள். பிறகு கண்களை மூடியபடி, “மிருகம், மிருகம்” என்று கத்தியவாறு அவனுடைய முகத்திலும் கழுத்திலும் மாறி மாறி அறைந்தாள். டாம்சொ அந்த அடிகளிலிருந்து தப்ப முயன்றான். ஆனா தாழ்ப்பாளைப் பிடித்து இழுத்தாள். அது கையோடு வந்துவிட்டது. அதை அவன் மண்டையை பார்த்து எறிந்தாள். டாம்சொ விலக முயற்சித்தான். தாழ்ப்பாள் தோள் எலும்பைத் தாக்கியது. கண்ணாடிச் சில்லு உடைந்தாற் போல் ஒரு சப்தம் எழுந்தது.

“வேசியே” என்று கத்தினான் அவன்.

அதே சமயத்தில் கத்தி ஆர்ப்பாட்டம் செய்யக்கூடாது என்பதிலும் தீர்மானமாக இருந்தான். புறங்கையால் அவளுடைய காதில் அறைந்தான். ஒரு பெரிய அழுகையும் உடம்பு சுவரில் சென்று மோதியதையும் அவனால் உணர முடிந்தது. இருந்தபோதும் திரும்பிப் பார்க்காமல் நடந்தான். கதவைச் சாத்தாமல் அவ்வறை விட்டு நகர்ந்தான்.

ஆனா தரையில் அமர்ந்திருந்தாள். வலியில் உணர்வு மழுங்கியிருந்தது. வயிற்றில் ஏதோ நிகழப் போகிறது என்று காத்திருந்தாள். சுவரின் மறுபக்கத்திலிருந்து அவர்கள் அழைத்தது ஏதோ புதைகுழியில் இருந்து அழைத்தது போல் இருந்தது. அழுகையை அடக்க உதடுகளைக் கடித்துக் கொண்டாள். எழுந்து உடையைத் திருத்தினாள். அவளுக்கு ஏனோ அது தோன்றவில்லை - அது முதல் தடவையில்லை என்றபோதும் - டாம்சொ அறைக்கு வெளியில் நின்றபடி திட்டம் பாழாகிவிட்டது என்று அவள் கத்தியபடி வெளியே வருவதற்காகக் காத்திருந்தான்.

இரண்டாவது தடவையாக மீண்டும் அவள் அதே தவறைச் செய்தாள். அவள் கணவனைப் பின்தொடருவதற்குப் பதிலாகக் கதவை மூடிவிட்டு ஷூக்கள் அணிந்து கொண்டு படுக்கையில் அமர்ந்தவாறு அவனுக்காகக் காத்திருக்கத் தொடங்கினாள்.

கதவு மூடப்பட்ட பிறகுதான் தான் திரும்பிச் செல்ல முடியாது என்பது டாம்சொவுக்குப் புரிந்தது. தெருமுனை வரை நாய்கள் ஊளையிட்டபடி அவனைத் தொடர்ந்தன. அதன் பிறகு ஒரு மயான அமைதி நிலவியது. அவன் நடைபாதையைத் தவிர்த்தான். உறங்கிக்கொண்டிருந்த நகரத்தில் அவனுடைய நடையொலியே பெருத்த சப்தமாக எதிரொலித்தது. எவ்வித முன்னேற்பாடும் இல்லாமல் பில்லியர்ட்ஸ் அறையின் பின்புறத்தை அடைந்தான்.

இம்முறை கைவிளக்கைப் பயன்படுத்த வேண்டிய அவசியம் அவனுக்கு ஏற்படவில்லை. கதவில் தாழ்ப்பாள் உடைந்த இடத்தை மட்டும் சீர் செய்திருந்தார்கள். ஒரு மரத்துண்டை வெட்டி எடுத்தவர்கள் ஒரு செங்கல்லையும் உருவியெடுத்திருந்தார்கள். பழைய தாழ்ப்பாளையே புதிய துண்டில் பொருத்திவிட்டுப் போயிருந்தார்கள். பிற அனைத்தும் முன்பு இருந்தது போலவே இருந்தது. இடது கையால் தாழ்ப்பாளைப் பிடித்து இழுத்த டாம்சொ ஒரு கம்பியை எடுத்து தாழ்ப்பாளுக்கு இடையில் செருகி கியர் லிவரை மாற்றுவது போல் அதை வேகமாக முன்னும் பின்னும் அசைத்தான். மரத்துண்டு உடனேயே அசைந்து வழிவிட்டது. கதவைத் தள்ளித் திறப்பதற்கு முன், தரையில் அதன் கிறீச்சிடல் கேட்காமல் இருப்பதற்காக ஜாக்கிரதையாக முடிந்த மட்டும் சப்தத்தைத் தவிர்த்துக் கதவை பாதி மட்டுமே திறந்தான். இறுதியாக ஷூக்களைக் கழற்றிப் பந்துப் பொட்டலங்களோடு அறைக்குள் நழுவ விட்டான். உடம்பைக் குறுக்கி நிலவொளி நிறைந்திருந்த அறைக்குள் நுழைந்தான்.

அவனுக்கு முன்னிருந்த அந்த இருட்டான நடைபாதையில் பாட்டில்களும் காலி பெட்டிகளும் நிறைந்திருந்தன. அதற்குச் சற்று தூரத்தில், வானிலிருந்து விழுந்து கொண்டிருந்த நிலவொளிக்கு அப்பால் அந்த பில்லியர்ட்ஸ் மேஜை இருந்தது. அருகில் குட்டி மேஜைகள் போடப்பட்டிருந்தன. வாசல் கதவிற்கு முன்னால் நாற்காலிகள் அடுக்கிவைக்கப்பட்டிருந்தன. அந்த நிலவொளியும் இறுக்கமான அமைதியும் தவிர எல்லாம் முன்பிருந்தது போலவே காட்சியளித்தன. அது வரை பதற்றத்தைத் தணிக்க முயன்று கொண்டிருந்த டாம்சொ சட்டென்று ஒருவித வினோதக் கவர்ச்சிக்கு ஆட்பட்டான்.

இம்முறை உதிரி செங்கல்களை அவன் கவனத்தில் எடுத்துக் கொள்ளவில்லை. கதவை ஷூவால் மூடினான். நிலவொளியைக்

கடந்தவுடன் கைவிளக்கை ஏற்றியவன் கல்லாவிற்கு அருகில் பந்துகள் வைக்கப்பட்டிருந்த அந்த சின்னப் பெட்டியைத் தேடினான். எவ்வித எச்சரிக்கையுமின்றி செயல்பட்டான். கைவிளக்கை இடமும் வலமும் நகர்த்தியபோது தூசி மண்டிய ஜாடிகள் ஒரு மூலையில் குவிக்கப்பட்டிருந்ததைப் பார்த்தான். ஒரு ஜோடி ஷூக்கள், எண்ணெய் பிசுக்கேறிய சட்டை மற்றும் அவன் தேடிய அந்தப் பெட்டி எல்லாம் அவன் விட்டுச் சென்றவாறே அங்கிருந்தன. கல்லாவிற்கு அருகில் செல்லும் வரை அவன் கைவிளக்கை அணைக்கவில்லை. அந்தப் பூனை அங்கிருந்தது. எந்தவித மர்மத்தையும் வெளிப்படுத் தாத அந்தப் பூனை வெளிச்சத்தை மீறி அவனைப் பார்த்தது. டாம்சொ விளக்கை அணைக்கவில்லை. அந்தப் பூனையை அந்த இடத்தில் அன்று தான் பார்க்கவில்லை என்பது டாம்சொவின் நினைவிற்கு வந்தபோது அவனுள் மெல்லிய நடுக்கம் பரவியது. கைவிளக்கை அதன் முன் வீசியவன் "பூனை..." என்று மிரட்டியபோது அதனிடமிருந்து எவ்வித சலனமும் வெளிப்படவில்லை. அவனுடைய தலைக்குள் சத்தமில்லாமல் ஏதோ நிகழ்ந்தது. உடன் அவனுடைய நினைவிலிருந்து அந்தப் பூனை சுத்தமாகக் காணாமல் போய் விட்டது. என்ன நடக்கிறது என்று அவன் உணருவதற்குள் அவன் கையிலிருந்து கைவிளக்கு நழுவி விட்டிருந்தது. பந்துப் பொட்டலத்தை மார்போடு சேர்த்து அணைத்துக்கொண்டான். அறை விளக்கு ஏற்றப்பட்டது.

"நல்லது!"

ரோக்கின் குரலை அவனால் அடையாளம் கண்டுகொள்ள முடிந்தது. மெதுவாக எழுந்தான். வயிற்றை ஏதோ கலக்கியது. அறையின் பின்புறத்திலிருந்து ரோக் அவனை நெருங்கினார். கால் சட்டை அணிந்திருந்தார். கையில் ஓர் இரும்புத் தடி இருந்தது. திடீரென்று எழுந்த வெளிச்சம் கண்களைக் கூசச் செய்தது. பாட்டில்களுக்கும் காலிப் பெட்டிகளுக்கும் பின்னால் ஒரு படுக்கை போடப்பட்டிருந்தது. அதைக் கடந்துதான் டாம்சொ உள்ளே நுழைந்தான். அதுவும் முன்பிருந்தது போல் இல்லாமல் வித்தியாசமாக இருந்தது.

அவர்களுக்கு இடையிலான தூரம் முப்பது அடிக்கும் குறைவாக இருந்தபோது ரோக் நம்பிக்கை அளிப்பவராகக் காட்சியளித்தார். சட்டென்று டாம்சொ பந்துப் பொட்டலத்தால் அவருடைய கையைத் தாக்கினான். ரோக் நாசியை உறிஞ்

சிக்கொண்டார். கண்ணாடி இல்லாதபோதும் தலையை நீட்டி அவனை அடையாளம் காண முயன்றார். “நீயா?” என்று ஆச்சரியப்பட்டார்.

டாம்சொ எல்லாம் ஒரு முடிவுக்கு வந்ததாக உணர்ந்தான். ரோக் தடியைத் தாழ்த்தினார். வாய் பிளந்தபடி அவனை நெருங்கினார். கண்ணாடியும் பொய்ப்பற்களும் இல்லாத அவர் பார்ப்பதற்கு ஒரு யுவதியைப் போல் காட்சியளித்தார்.

“இங்கு என்ன செய்கிறாய்?”

“ஒன்றுமில்லை” என்றான் டாம்சொ.

அவனுடைய நிலையை மெதுவாக மாற்றியவாறு முன்னேறினான்.

“இங்கு என்ன செய்துகொண்டிருந்தாய்?” என்று கேட்டார் ரோக்.

டாம்சொ பின்னகர்ந்தான். “ஒன்றுமில்லை” என்றான். ரோக்கின் முகம் சிவந்தது. உடல் நடுங்கியது. தடியை உயர்த்தியபடி முன்னகர்ந்தவர் “இங்கு என்ன செய்து கொண்டிருந்தாய்?” என்று கத்தினார். டாம்சொ பொட்டலத்தை அவரிடம் கொடுத்தான். எச்சரிக்கையாக, அதை இடது கையால் வாங்கிக் கொண்ட ரோக் விரல்களால் அதைப் பரிசோதித்தார். பிறகு அவருக்குப் புரிந்தது.

“இது...”

அவர் ரொம்பக் குழம்பிவிட்டார். தடியைக் கல்லாவின் மேல் வைத்துவிட்டுப் பொட்டலத்தைப் பிரித்தவர் டாம்சொ அங்கிருப்பதையே மறந்துவிட்டாற்போல் காட்சியளித்தார். அமைதியாக அந்தப் பந்துகளைப் பார்த்தபடி யோசனையில் மூழ்கினார்.

“இவற்றைத் திருப்பிவைக்க வந்தேன்” என்றான் டாம்சொ.

“நல்லது” என்றார் ரோக்.

டாம்சொ உறுதியை இழந்திருந்தான். போதை முழுதாக இறங்கி விட்டிருந்தது. அதன் சுவை மட்டும் நாக்கில் கொஞ்சம் படிந்திருந்தது. தனிமையாக உணர்ந்தான். பொட்டலத்தைக் கட்டிய ரோக் “ஆக இதுதான் அந்த அதிசயம் இல்லையா?” என்றார். “என்னால் நம்பவே முடியவில்லை, நீ இப்படியொரு

மடையனாக இருப்பாய் என்று." அவர் தலையை உயர்த்திய போது அவருடைய முகபாவம் மாறியிருந்தது.

"அந்த இருநூறு பெசோக்கள்?"

"மேஜையில் ஒன்றுமே இல்லை" என்றான் டாம்சொ.

எதையோ யோசித்தவர் வாயை வெறுமனே மென்றபடி அவனைப் பார்த்தார். பிறகு சிரித்தார். அங்கு ஒன்றுமே இல்லைதான்" என்று திரும்பத் திரும்பச் சொல்லிக்கொண்டார். ஆக அங்கு ஒன்றும் இல்லை" தடியை எடுத்தவர் மீண்டும் சொன்னார்: "இந்தக் கதையை நாம் இப்போது மேயரிடம் சொல்லப் போகிறோம்."

கையில் படிந்திருந்த வியர்வையை டாம்சொ பேண்ட்டில் துடைத்தான்.

"அங்கு ஒன்றுமில்லை என்பது உனக்குத் தெரியும்."

ரோக் சிரித்துக்கொண்டே இருந்தார்.

"அங்கு இருநூறு பெசோக்கள் இருந்தன" என்றான் அவன். "இப்போது அவர்கள் நீ மறைத்து வைத்த இடத்திலிருந்து அதை எடுக்கப்போகிறார்கள். அது நீ திருடனாக இருந்ததற்காக அல்ல. ஒரு மடையனாக இருந்ததற்காக."

ஜூலியோ கொர்த்தஸார்

1940 ஆம் ஆண்டு கோடையில் ஒரு மதியம். புயுனஸ் அயர்ஸிலிருந்து ரகசியமாக வெளிவந்து கொண்டிருக்கும் ஓர் இலக்கிய இதழின் ஆசிரியரை ஓர் இளைஞன் சந்திக்கிறான். அவனுடைய முதல் சிறுகதையை அவரிடம் கொடுக்கிறான். இதழ் ஆசிரியர் பத்து தினங்கள் கழித்து வந்து அவரைப் பார்க்கும்படி சொல்கிறார். பத்து தினங்கள் கழித்து இளைஞன் மீண்டும் வருகிறான். இதழ் ஆசிரியர் கதை பிடித்திருப்பதாகவும், அச்சுக்குக் கொடுத்துவிட்டதாகவும் தெரிவிக்கிறார். 'ஆக்கிரமிக்கப்பட்டுள்ள வீடு' என்னும் தலைப்பைக் கொண்டுள்ள அச்சிறுகதை நோரா போர்ஹஸின் கோட்டோவியங்களோடு அவ்விதழில் பிரசுரமாகிறது. சில வருடங்களுக்குப் பிறகு அவ்விதழ் ஆசிரியரைச் சிறுகதைத் தொகுப்புக்கான முன்னுரை வேண்டி அந்த இளைஞன் அணுகுகிறான். அப்போது அக்கதையைப் பிரசுரித்ததற்கான காரணத்தை அவ்விதழ் ஆசிரியர் எழுதுகிறார். அச்சிறுகதையைப் பிரசுரித்த இதழ் ஆசிரியரின் பெயர்: ஜோர்ஜ் லூயி போர்ஹே. அந்த இளைஞனின் பெயர் ஜூலியோ கொர்த்தஸார். இங்கு பிரசுரமாகியுள்ள இச்சிறுகதை கொர்த்தஸாரின் Blow Up and Other Stories என்னும் தொகுப்பிலிருந்து தேர்ந்தெடுக்கப்பட்டுள்ளது.

ஆக்கிரமிக்கப்பட்ட வீடு

நாங்கள் அந்த வீட்டை விரும்பினோம், ஏனெனில் அதன் பழமையும் விஸ்தாரமான இடமும் நீங்கலாக, அது (இப்பொழுதெல்லாம் பழைய வீடுகளின் கட்டுமானப் பொருட்கள் ஏலத்தில் அதிக விலைக்குப் போகின்றன) எங்களுடைய முன்னோரின், தந்தைவழி பாட்டனாரின், பெற்றோரின், எங்களுடைய குழந்தைப் பருவ ஞாபகங்களைத் தன்னுள்ளே கொண்டிருந்தது.

ஒருவருடைய வழியில் மற்றவர் குறுக்கிடாமல் எட்டு மனிதர்கள் வரை தாராளமாகப் புழங்கும் வசதியுடைய வீடு அது. அதில்தான் நானும் ஐரினும் வசிக்கப் பழகியிருந்தோம். உண்மையில் அது வினோதமானதே. காலையில் ஏழு மணிக்கு விழித்தெழும் நாங்கள் வீட்டைத் துப்புரவு செய்யத் தொடங்குவோம். பதினொரு மணி வாக்கில் சுத்தம் செய்யப்படாத அறைகளை ஐரினிரின் பொறுப்பில் விட்டுவிட்டு நான் சமையலறைக்குச் செல்வேன். துல்லியமாக மதியம் பன்னிரெண்டு மணிக்கு நாங்கள் மதிய உணவிற்கு அமருவோம். பின், கழுவ வேண்டிய சில எச்சில் தட்டுகளைத் தவிர பிற வேலையேதும் மிஞ்சியிருக்காது. வெறுமை சூழ்ந்து, அமைதி தவழும் அவ்வீட்டோடு உறவாடியபடி உணவருந்துவது எங்களுக்கு உவப்பான விஷயம். மேலும், அவ்வீட்டைத் தூய்மையாக வைத்துக் கொள்வதும் எங்களுக்கு எளிதாகத்தான் இருந்தது. எது எங்களைத் திருமணம் செய்துகொள்ள விடாமல் தடுத்தது என்று யோசிக்கும் வேளையிலெல்லாம் நாங்கள் யோசிப்பதை நிறுத்திக் கொள்வோம். ஐரின், குறிப்பிடத்தக்க காரணங்கள் எதுவுமின்றி

இரண்டு காதலர்களை நிராகரித்திருந்தாள். என்னை விட்டுச் சென்ற மரியா எஸ்தரோ, நாங்கள் ஒருவாறு சமாளித்து நிச்சயம் கொள்வதற்கு முன்னமே என் கரங்களில் மரித்தாள். எங்கள் முன்னோர்களால் நிறுவப்பட்ட குலத்தொடர்ச்சி உடைய இவ்வீட்டில் பகிர இயலாத மௌனம் நிறைந்து வழிந்தது. முதலில் தங்கை தமையனான எங்களுடைய எளிய திருமணத்தின் மூலம் இந்த மௌனம் முடிவுற்றுவிடும் என்ற எண்ணம் எங்களுக்கு நிலவியது. ஆனால் நாங்களோ சோர்வுற்றபடி நாற்பதுகளில் நகர்ந்து கொண்டிருந்தோம். என்றேனும் நாங்கள் மரிக்கலாம்; நாங்கள் அறியாத எங்கள் தூரத்து உறவினர்கள் இவ்விடத்தை மரபுரிமையாகப் பெற்று, இவ்விடத்தைச் சிதைத்து, செங்கற்களை விற்று, இம்மனையின் மூலம் வசதி பெறலாம் அல்லது நாங்களேகூட இதைச் சிறப்பாகச் சிதைத்து விற்கலாம்.

ஐரின் எவரையும் தொந்தரவு செய்வதில்லை. காலையில் வீட்டு வேலைகள் முடிந்தவுடன் எஞ்சிய மணித்துளிகளைப் படுக்கையறையில் உள்ள சாய்விருக்கையில் அமர்ந்தவாறு பின்னல் வேலையில் ஈடுபட்டபடி கழிக்கத் தொடங்குவாள். அவள் ஏன் பின்னல் வேலையில் அதிகம் ஈடுபட்டாள் என்பதை என்னால் புரிந்துகொள்ள முடியவில்லை. செய்வதற்கு வேலைகள் ஒன்றும் இல்லாதபோது இது பெரிய தப்பித்தலாக இருப்பதைப் பெண்கள் கண்டறிந்திருக்கலாம். ஆனால் அவள் அப்படிப்பட்ட பெண் அல்ல. தேவைகளின் பொருட்டே குளிர்காலத்துக்கு ஏற்ற கம்பளிகள், கால் உறைகள், காலையில் அணிவதற்கு ஏற்ற மேலங்கிகள், அவளுக்கென்று சில படுக்கை உறைகள் போன்றவற்றை நெய்து வந்தாள். சில சமயம் அவள் மேலங்கி ஒன்று பின்னத் தொடங்குவாள். மனதிற்கு உவப்பற்ற விஷயத்தை அதில் பார்த்தவுடன் நெய்வதை நிறுத்திவிடுவாள். போரில் தோல்வியடைந்தது போல் குவியலாகக் காட்சியளிக்கும் அந்தக் கம்பளியிழைகள் அதன் மெய் உருவை அடைவதற்கு முயன்று கொண்டிருப்பதைப் பார்த்தால் சந்தோஷமாக இருக்கும். சனிக்கிழமைகளில் நான் கம்பளியிழைகள் வாங்குவதற்கு வெளியில் செல்வது வழக்கம். ஐரினுக்கு என்னுடைய ரசனைகளில் மிகுந்த நம்பிக்கை இருந்தது. நான் தேர்ந்தெடுத்த வண்ணங்கள் அவளுடைய மனத்திற்கு உவப்பூட்டியுள்ளதால் நான் ஒரு நூற்கண்டைக்கூடத் திருப்பியளிக்க நேர்ந்ததில்லை. இப்படி

வெளியில் செல்வதைப் பயன்படுத்தி புத்தகக் கடைகளைச் சுற்றி வருவதும் வெறுமனே பிரெஞ்சு இலக்கியத்தில் புதிய புத்தகங்கள் ஏதேனும் அவர்களிடம் உள்ளதா என்று கேட்பதும் என்னுடைய வழக்கமாக மாறி இருந்தது. ஆயிரத்துத் தொள்ளாயிரத்து முப்பத்தி ஒன்பதுக்குப் பிறகு அர்ஜென்டினாவிலிருந்து குறிப்பிடும்படியாக ஒன்றும் வெளிவரவில்லை.

ஆனால் இவ்வீட்டைப் பற்றித்தான் நான் பேச விரும்புகிறேன். குறிப்பாக ஐரின் பற்றியும் வீடு பற்றியுமே. இங்கு நான் முக்கியமல்ல. இப்பின்னல் வேலைகள் இல்லையென்றால் ஐரின் என்ன செய்திருப்பாள்? ஆச்சரியமாகத்தான் இருக்கிறது. ஒரு புத்தகத்தை ஒருவரால் திரும்பவும் வாசிக்க முடியும். ஆனால், ஒரு கம்பளிச் சட்டையைப் பின்னி முடித்த பிறகு அதை மீண்டும் பின்ன இயலாதே. இயலுமாயின் அது ஒருவகை மடத்தனமே. ஒரு நாள், நிலைப் பெட்டியின் கீழ்அடுக்கு கற்பூர உருண்டைகளாலும் பச்சை, வெள்ளை, இளஞ்சிகப்பு நிற சால்வைகளாலும் நிறைந்து கிடப்பதைப் பார்த்தேன். கற்பூர வாசனைக்கு மத்தியில் அவை குவியலாகக் கிடந்ததைப் பார்த்தபோது அதுவொரு கடை போல் காட்சியளித்தது. இவற்றைக் கொண்டு அவள் என்ன செய்ய உத்தேசித்திருக்கிறாள் என்பதைக் கேட்கும் துணிச்சலை நான் இழந்திருந்தேன். நாங்களோ பொருள் ஈட்ட வேண்டிய அவசியமற்று இருந்தோம். ஒவ்வொரு மாதமும் பண்ணையிலிருந்து அதிக வருமானம் வந்து கொண்டிருந்தது. பணமும் நிறைந்து வழிந்து கொண்டிருந்தது. ஆனால் ஐரினோ பின்னல் வேலையில் மட்டுமே ஆர்வம் காட்டி வந்தாள். அவளிடம் அசாத்தியத் திறமையிருந்தது. அவளைப் பார்த்துக் கொண்டிருப்பதிலேயே என் நேரம் கழிந்து கொண்டிருந்தது. குறும்புக்காரச் சிறுவனை ஒத்த வெண்ணிறக் கைகளும், பிரகாசமான ஊசிகளும், தரையில் கிடக்கும் ஓரிரு பின்னற் கூடைகளும், உருண்டோடும் நூலிழைகளும் பார்ப்பதற்குக் கவித்துவமானதுதான் இல்லையா?

அவ்வீட்டின் வடிவமைப்பை எப்படி நினைவு கூராமல் இருக்க முடியும்? சமையலறை, திரைச்சீலைகளோடு கூடிய வரவேற்பறை மற்றும் ஒரு நூலகம். பின்கட்டிலுள்ள மூன்று படுக்கையறைகளில் ஒன்று ரோட்டிரிகிஸ் பினோவைப் பார்த்திருக்கும். நடைக்கூடத்திலுள்ள பெரிய கருவாலி

மரக் கதவு வாயிற் முகப்பை அவ்விடத்திலிருந்து பிரிக்கும். முன்கட்டில்தான் குளியலறை, சமையலறை, கூடம் மற்றும் எங்களுடைய படுக்கையறைகள் அமைந்துள்ளன. இனாமல் பூச்சு கொண்ட, டைல்கள் பதிக்கப்பட்ட முன்னறையின் வழியாக நுழையும் ஒருவர் மெல்லிரும்பு கொண்ட கிராதிக் கதவு தம்மை வரவேற்பறைக்கு அழைத்துச் செல்வதைப் பார்க்க முடியும். முன்னறையின் வழியாக நுழைந்து வரவேற்பறையைக் கடந்தால் எங்கள் படுக்கையறைகளுக்குச் செல்லும் கதவுகளை இருபுறத்திலும் பார்க்கலாம். அதற்கு எதிர்ப்புறத்திலுள்ள நடைக்கூடம் வீட்டின் பிற்பகுதிக்கு இட்டுச் செல்லும். அந்நடைக்கூடம் வழியாகவே சென்று எதிர்படும் கருவாலி மரக் கதவைத் திறந்தால் வீட்டின் மற்றொரு பகுதிக்குச் சென்றடைந்துவிடலாம். அக்கதவிற்குச் சற்றுமுன் தென்படும் இடப்புற வழி சமையலறைக்கும் குளியலறைக்கும் இட்டுச் செல்லும். அக்கதவு திறந்திருக்கும் பொழுதுதான் வீட்டின் விஸ்தீரணத்தை ஒருவரால் உணரமுடியும். அக்கதவு மூடியிருப்பின் இப்போதெல்லாம் கட்டப்படுகிற, நகருவதற்குப் போதுமான அறைகள் அற்ற அடுக்குமாடிக் குடியிருப்பை ஞாபகமூட்டும். ஐரினும் நானும் வீட்டின் இப்பகுதியில்தான் எப்போதும் வசித்து வந்தோம். அரிதாகத்தான் இக்கருவாலி மரக் கதவைத் தாண்டிச் செல்வோம்; அதுவும்கூட இடத்தை சுத்தம் செய்வதற்காகத்தான். தட்டுமுட்டுச் சாமான்களில் படியும் தூசியின் அளவு நம்ப முடியாத அளவிற்கு இருக்கும். புயனஸ் அயர்ஸ் சுத்தமான நகரமாக இருக்கலாம். அது மக்கள் தொகையோடு சரி. காற்றில் தூசி நிரம்பி வழிகிறது. சலவைக்கல் தளத்தின் மேற்புறத்திலும்; வைரவடிவங்கொண்ட தோற்கருவியினால் ஆன மேஜைத் தொகுதியின் மேற்புறத்திலும் மெல்லிய இளங்காற்றானது தூசியை வாரி இறைக்கிறது. சிறகுகளாலான துடைப்பானைக் கொண்டு இவற்றைச் சுத்தம் செய்வதற்கு மிகுந்த உழைப்பு தேவைப்படும். காற்றில் தூசிகள் மேலெழுந்து பறக்கும். ஓரிரு நிமிடங்களுக்குப் பிறகு மீண்டும் பியானோவின் மேலும் தட்டுமுட்டுச் சாமான்களின் மேலும் தூசி படிந்துவிடும்.

இப்படிப்பட்ட ஞாபகங்கள் எப்போதும் என்னிடம் உண்டு. காரணம், இவை எவ்வித அமளியும் இல்லாமல் எளிதாக நிகழ்ந்து முடிந்துவிடுகிறது. ஐரின் அவளுடைய படுக்கையறையில் இருந்தவாறு பின்னிக்கொண்டிருந்தாள். அப்போது இரவு எட்டு மணியிருக்கும். திடீரென்று 'மாட்'

பானம் அருந்தலாம் என்று தீர்மானித்தேன். மாட் பானம் தயாரிக்க தண்ணீர் தேவைப்பட்டது. நடைக்கூடம் வழியாக கருவாலி மரக்கதவு நோக்கி நடக்கத் தொடங்கினேன். கதவு சிறிது திறந்திருந்தது. கூடத்தில் நுழைந்து சமையலறை நோக்கி நூலகத்திலிருந்தோ சமையலறையிலிருந்தோ சப்தம் கேட்கும் மட்டும் நடந்து கொண்டிருந்தேன்; ஒரு நாற்காலி கார்பெட்டின் மேல் நகர்த்தப்படுவது போல் அல்லது கீழ்ஸ்தாயியில் முணுமுணுக்கப்படும் ஓர் உரையாடல் போலவோ அச்சப்தம் தெளிவற்றுக் கேட்டது. அந்நேரமோ அல்லது அந்நேரத்திற்குப் பிறகோ அவ்விரண்டு அறைகளிலிருந்தும் விலகிக் கதவை நோக்கிச் செல்லும் நடைக்கூடத்தின் முடிவில் அதை நான் மீண்டும் கேட்டேன். உடன் என்னையே கதவிற்கு எதிராக எறிந்து கொண்டு, உடல் எடையின் துணைகொண்டு கதவைச் சாத்தி மூடினேன். அதிர்ஷ்டவசமாக சாவி எங்களுடைய பகுதியிலிருந்தது. மேலும், பாதுகாப்பின் பொருட்டு அவ்விடத்தில் பெரிய தாழ்ப்பாள் ஒன்றையும் போட்டேன்.

சமையலறைக்குத் திரும்பி கொதிகலத்தைக் கொதிக்கவிட்டு மாட் இலை வடிசலைத் தட்டில் வடித்தபடி அறைக்குத் திரும்பியபோது நான் ஐரினிடம் சொன்னேன்:

“நடைக்கூடத்திற்குச் செல்லும் கதவை மூட வேண்டியதாயிற்று. அவர்கள் பின்கட்டை ஆக்கிரமித்துவிட்டார்கள்.”

பின்னல் வேலையைக் கைவிட்டவள் சோர்வுற்ற கூர்மையான கண்களால் என்னைப் பார்த்தாள்.

“உறுதியாகத் தெரியுமா?”

ஆமோதித்தேன்.

“அப்படியென்றால்...?” ஊசிகளைத் திரும்பவும் எடுத்தவள்,

“இனி இப்பகுதியில்தான் நாம் வாழ வேண்டும்”, என்றாள்.

மிகுந்த கவனத்தோடு மாட் பானத்தைப் பருகத் தொடங்கினேன். ஆனால் அவளோ வேலையை மீண்டும் தொடங்கியிருந்தாள். ஒரு சாம்பல் நிறச் சட்டையை அவள் பின்னிக்கொண்டிருந்தது ஞாபகத்திற்கு வருகிறது. அச்சட்டையை நான் மிகவும் விரும்பினேன்.

முதலில் ஒரு சில தினங்கள் துயரம் தருவதாக இருந்தது. ஏனென்றால் நாங்கள் இருவரும் பல பொருட்களை ஆக்கிரமிக்கப்பட்ட பகுதியில் விட்டுவிட்டு வந்திருந்தோம். உதாரணத்திற்கு என்னுடைய பிரெஞ்சு இலக்கியத் தொகுதிகள் அந்நூலகத்தில்தான் இருக்கின்றன. ஐரினோ பல பொருட்களோடு, அவளுடைய ஒரு ஜோடிக் காலணிகளையும் விட்டுவிட்டு வந்துவிட்டாள். பனிக்காலத்தில் அவற்றைத் தான் அவள் அதிகம் பயன்படுத்துவது வழக்கம். நான் காட்டு ரோஜாவில் செய்யப்பட்ட புகைக் குழாயை இழந்ததற்கும் ஐரின் பழமையேறிய ஹேஸ் பிரிடின் குப்பியை இழந்ததற்குமாக வருந்திக்கொண்டிருந்தோம். இவை தொடர்ச்சியாக நிகழத் தொடங்கியது (ஆனால் முதல் ஒருசில தினங்கள் மட்டுமே இவை நிகழ்ந்தன). நாங்கள் ஏதேனும் மேஜையையோ, இழுப்பறைப் பெட்டியையோ மூடும்போது ஒருவரை ஒருவர் சோகத்தோடு பார்த்துக்கொள்வது வழக்கமாயிற்று.

"இது இங்கில்லை."

நாங்கள் இழந்தவற்றோடு மேலும் ஒன்று சேர்ந்து கொள்ளும். ஆனால் இதிலும் சில அனுகூலங்கள் இருந்தன. வீட்டைச் சுத்தம் செய்வது எளிதாயிற்று. நாங்கள் நேரம் கழித்து விழித்தெழுந்தாலும்... உதாரணத்திற்கு ஒன்பதரை மணிக்கு அல்லது பதினொரு மணிக்கு எழுந்தாலும் கைகளைக் கட்டியபடி வெறுமனே உட்கார்ந்திருப்போம். ஐரின் மதிய உணவு தயாரிக்க உதவும் பொருட்டு என்னோடு சமையலறைக்கு வரத் தொடங்கினாள். நாங்கள் சிலவற்றைப் பற்றி ஆலோசித்து ஒரு தீர்மானத்திற்கு வந்தோம். நான் மதிய உணவு தயாரித்துக் கொண்டிருக்கும்போது, மாலையில் நாங்கள் உணவு அருந்துவதற்கு ஏற்ற உணவு வகைகளை ஐரின் தயாரிக்க வேண்டும். இவ்வேற்பாட்டின் வழி எங்களுக்கு மகிழ்ச்சி திரும்பியது. காரணம், சாயங்கால வேளைகளில் படுக்கையறைகளை விட்டு வந்து சமைக்கத் தொடங்குவது எப்போதும் தொல்லை தருவதாகவே இருந்தது. இப்போது ஐரினின் அறையிலுள்ள மேஜையில்தான் இரவு உணவைத் தயாரித்துக் கொண்டிருக்கிறோம். இம்மாதிரியான விஷயங்களால் ஐரினின் பின்னல் வேலைகளுக்கு அதிக நேரம் கிடைத்தது. அவள் மனநிறைவோடிருந்தாள். என்னுடைய புத்தகங்களால் சிறிது ஈர்ப்புணர்விற்கு நான் ஆட்பட்டிருந்தேன். இருப்பினும் அவற்றை என் சகோதரியின்

மீது திணிக்கவில்லை. என் தந்தையுடைய தபால்தலை சேகரிப்புகளை ஒழுங்குபடுத்தத் தொடங்கினேன். அது என்னுடைய நேரத்தைக் கொல்லத் தொடங்கியது. அதிக வசதிகளை உடைய ஐரினின் படுக்கையறையில் நாங்கள் சந்திக்கும்போது ஒருவருக்கு ஒருவர் அவரவர் பிரத்யேக விஷயங்களால் மனநிறைவு அடையும்படி எங்களுக்கு நாங்களே மகிழ்ச்சியூட்டிக் கொண்டோம். எப்போதாவது ஐரின் இப்படிச் சொல்வாள்:

"இந்த வடிவத்தைப் பார், இப்போதுதான் கண்டுபிடித்தேன். இது கிளாவர் போல் இருக்கிறது இல்லையா?"

ஓரிரு கணங்களுக்குப் பின், சிறிய சதுர வடிவக் காகிதத்தை அவள் முன் தள்ளுவேன். அதன் வழி ஏதேனும் ஒரு ஸ்டாம்பையோ அல்லது யுப்பன் இட் மல்மேடியிலிருந்தோ வந்த மற்றொன்றின் சிறப்பையோ அவள் பார்ப்பாள். நாங்கள் மகிழ்ச்சியாகவே இருந்தோம். சிறிது சிறிதாக, சிந்திப்பதை நிறுத்திக்கொண்டோம். சிந்திக்காமலும் உங்களால் வாழ முடியுமே.

(எப்போதெல்லாம் ஐரின் உறக்கத்தில் முணுமுணுக்கத் தொடங்குகிறாளோ அப்போதெல்லாம் நான் உடன் விழித்துக்கொள்கிறேன். பின் விழித்தபடிதான் நேரம் கழியும். தொண்டையில் இருந்தல்ல, கிளியிடமிருந்தோ சிலையிடமிருந்தோ வெளிப்படும் ஒரு குரலிற்கு அல்லது கனவிலிருந்து வெளிப்படும் ஒரு குரலிற்கோ நான் பழக்கப்பட்டவன் அல்லன். ஐரினோ, உறக்கத்தில் நான் கட்டிலையும் படுக்கை விரிப்புகளையும் அபரிமிதமாக உலுக்குவதாகத் தெரிவிக்கிறாள். எங்களுக்கிடையில் வரவேற்பறை ஒன்று இருந்தபோதும் எங்களால் வீட்டில் நிகழும் யாவற்றையும் கேட்க முடிகிறது. இருவராலும் உறங்க முடிவதில்லை என்பதால் ஒருவருக்கு ஒருவர் மற்றவரின் சுவாசத்தையும் இருமலையும் வெளிச்சம் வேண்டி ஒருவர் விளக்கு போடச் செல்வதையும் பார்க்க முடிகிறது. இரவிற்குரிய சப்தங்களைத் தவிர்த்துவிட்டால் வீடானது அமைதியோடிக் கிடக்கும். பகலிலோ, ஒரு வீட்டிற்குரிய சப்தங்களோடு பின்னல் வேலையில் ஈடுபடும் உலோக ஊசியின் சப்தம், ஸ்டாம்பு ஆல்பத்தைப் புரட்டுவதால் ஏற்படும் சலசலப்பொலி போன்றவற்றை ஒருவரால் கேட்க இயலும். அந்தக் கருவாலி மரக்கதவோ மிகப்பெரியது.

இதை முன்பே உங்களிடம் தெரிவித்திருக்கிறேன் என்று நினைக்கிறேன். ஆக்கிரமிக்கப்பட்ட பகுதியை ஒட்டியுள்ள சமையலறையிலோ அல்லது குளியலறையிலோ நாங்கள் உரக்கப் பேச முற்படுவது வழக்கம். ஐரின் தாலாட்டுப் பாடல்களைப் பாடத் தொடங்குவாள். எப்போதும் அதிக சப்தங்களால் நிறைந்திருக்கும் சமையலறையில், தட்டுகளின், குவளைகளின் சப்தங்களோடு பிற சப்தங்களின் குறுக்கீடும் இருக்கும். அபூர்வமாகத்தான் நாங்களும் அங்கு மௌனத்தைக் கைக்கொள்வோம். ஆனால் எங்கள் அறைகளுக்கோ வரவேற்பறைக்கோ திரும்பும் சமயம், ஒருவரையொருவர் தொந்தரவு செய்துவிடக்கூடாது என்கிற எண்ணத்தோடு மிக மெதுவாக அடி மேல் அடி எடுத்து வைத்து நடக்கும் போது மங்கிய வெளிச்சத்தில் வீடு அமைதியில் மூழ்கிக் கிடக்கும். ஐரின் அவளுடைய உறக்கத்தில் முணுமுணுக்கத் தொடங்கியவுடன் தவிர்க்க இயலாமல் நான் விழித்துக் கொள்கிறேன்.)

விளைவுகளைத் தவிர்த்துவிட்டால், இது ஒரே ஒரு காட்சி மீண்டும் மீண்டும் நிகழ்வதற்கு ஒப்பானதே. அன்றைய இரவில் நான் மிகுந்த தாகத்தோடு இருந்தேன். நாங்கள் உறங்கச் செல்வதற்கு முன் ஒரு குவளைத் தண்ணீருக்காகச் சமையலறைக்குப் போகிறேன் என்பதை ஐரினிடம் தெரிவித்தேன். படுக்கையறைக் கதவுக்கு அருகிலிருந்த (அவள் பின்னிக் கொண்டிருந்தாள்) சமையலறையிலிருந்து ஒரு சப்தம் வெளிப்பட்டது. சமையலறையாக இல்லாவிடின் அது குளியலறையாக இருக்கலாம். நடைக் கூடத்தின் அமைப்பு, சப்தத்தைத் தெளிவற்றதாக்கி இருந்தது. திடீரென்று நான் தயங்கி நிற்பதை ஐரின் கவனித்தாள். சப்தம் ஒன்றும் எழுப்பாமல் என்னருகில் வந்து நின்றாள். நாங்கள் அச்சப்தத்தைக் கவனிக்கத் தொடங்கினோம். எங்கள் பகுதியில் கருவாலி மரக் கதவிற்கு அருகில் அவர்கள் நிற்கிறார்கள் என்பதை ருசுப்படுத்துவதற்கு ஏற்ப சப்தம் மேலும் மேலும் வலுக்கத் தொடங்கியது. சமையலறையிலோ அல்லது குளியலறையிலோ அல்லது நடைக்கூடத்தின் வளைவிலோ நான் நின்று கொண்டிருந்தேன். ஏறக்குறைய எங்களுக்கு மிக அருகில்தான் அவர்களும் நின்று கொண்டிருந்தார்கள்.

ஒருவரை ஒருவர் பார்த்துக் கொள்ளக்கூட அவகாசமில்லை. வலுக்கட்டாயமாக ஐரினின் கரத்தைப் பற்றி இழுத்தவாறு

எஃகுக்கிராதிக்கதவை நோக்கி ஓடினேன். எங்களுக்குப் பின்னே உள்ளடங்கிய ஆனால் வலுத்த சப்தத்தை ஒருவரால் கேட்க முடியும். இரும்புக் கிராதியை அறைந்து சாத்தினேன். கூடத்திற்கு வந்த பிறகே நாங்கள் ஓட்டத்தை நிறுத்தினோம். இப்போது ஒன்றும் கேட்கவில்லை.

"அவர்கள் நம் பகுதியை ஆக்கிரமித்துவிட்டார்கள்" என்றாள் ஐரின். பின்னற்கூடை அவளுடைய கைகளிலிருந்து நழுவி விழுந்தது. நூலிழைகள் கதவை நோக்கி ஓடி மறைந்தன. நூல் பந்துகள் ஆக்கிரமிக்கப்பட்ட பகுதியில் கிடப்பதைப் பார்த்த அவள், அவற்றைக் காணச் சகிக்காமல் பின்னுவதைக் கைவிட்டாள்.

"எதையேனும் எடுப்பதற்கு நேரம் உள்ளதா?" நம்பிக்கையற்றவாறுதான் கேட்டேன்.

"இல்லை. ஒன்றுமில்லை."

எங்கள் கைகளில் இருந்ததுதான் எங்களுக்கு மிஞ்சியது. என் படுக்கையறை அலமாரியில் பதினைந்தாயிரம் பெசோக்கள் இருந்ததை நினைவுகூர்ந்தேன். இப்போது நேரம் கடந்துவிட்டது.

மிஞ்சியிருந்த என் கைக்கடிகாரத்தைப் பார்த்தேன். மணி இரவு பதினொன்று ஆகிவிட்டிருந்தது. ஐரினின் இடையைச் சுற்றி அணைத்துக்கொண்டேன் (அவள் அழுது கொண்டிருந்தாள் என்று நினைக்கிறேன்). இப்படித்தான் நாங்கள் தெருவுக்கு வந்து சேர்ந்தோம். அவ்விடத்தை விட்டுக் கிளம்பியபோது என் உடல் ஒருகணம் நடுங்கியது. முன்கதவை இறுக்கமாகத் தாழிட்டுச் சாவியை சாக்கடையை நோக்கி எறிந்தேன். அந்நேரம் மட்டும் அப்படி ஒரு சாத்தான் நுழைந்து வீட்டை ஆக்கிரமித்துக் கொள்ளாவிட்டால் நான் இதைச் செய்ய வேண்டிய நிர்ப்பந்தம் ஏற்பட்டிருக்காது.

●

பூங்காக்களின் தொடர்ச்சி

சில நாட்களுக்கு முன்புதான் அவன் அந்த நாவலைப் படிக்கத் தொடங்கினான். அவசர வியாபாரச் சந்திப்புகளின் நிமித்தம் அதை அவன் பாதியில் நிறுத்த வேண்டியிருந்தது. அவனுடைய எஸ்டேட்டிற்குத் திரும்பும் வழியில் ரயிலில், அதை அவன் மீண்டும் திறந்தான். கதை நிகழ்வில், கதாபாத்திரங்களின் சித்திரிப்பில் மெதுவாக ஆர்வம் வளர்வதற்குத் தன்னை அனுமதித்துக் கொண்டான். பிற்பகலில், அவன் சார்பாகச் செயலாற்றும் அதிகாரத்தை வழங்கும் ஒரு கடிதத்தை எழுதினான். கூட்டு உரிமை பற்றி எஸ்டேட் மேனேஜரோடு விவாதித்த பிறகு, ஓக் மரங்கள் நிறைந்த பூங்காவைப் பார்த்தவாறிருந்த படிப்பறையின் அமைதியில் புத்தக வாசிப்பிற்குத் திரும்பினான். அவனுக்கு விருப்பமான, கைகளை வாகாக வைத்துக் கொள்ளும் வசதி கொண்ட நாற்காலியில் - அதன் முதுகு கதவை நோக்கி இருந்தது. சிறிய குறுக்கீட்டின் சாத்தியம்கூட அவனுக்கு எரிச்சல் ஊட்டிவிடும், அதை அவன் முன்பே யோசித்திருந்தான் - பச்சை நிற வெல்வெட் துணியை இடது கையால் அலட்சியமாக வருடியபடி நாவலின் இறுதி அத்தியாயத்தைப் படிக்க முனைந்தான். பாத்திரங்களின் பெயர்களையும், அவை பற்றிய அவனுடைய மனச் சித்திரத்தையும் எளிதாக நினைவுகூர்ந்தான். நாவலின் வசீகரம் சட்டென்று அவனைப் பற்றியது. ஒவ்வொரு வரியாகப் படிக்கத் தொடங்கும்போது அவனைச் சுற்றியிருந்த விஷயங்களிலிருந்து அவன் விலகுவதை உணர்ந்ததோடு விபரீத இன்பத்தையும் சுவைத்தான். அதே சமயம் உயரமான நாற்காலியின் பச்சை நிற வெல்வெட்டில் அவனுடைய

தலை சௌகரியமாகச் சாய்ந்திருப்பதையும் உணர்ந்தான். கைக்கு எட்டும் தூரத்தில் சிகரெட்டுகள் இருக்க, பெரிய சாளரங்களுக்கு அப்பால், பூங்காவில், ஓக் மரங்களுக்கிடையில் மதிய நேரக் காற்று நடனமாடிக்கொண்டிருந்தது. ஒவ்வொரு வார்த்தையாக, கதாநாயகன் மற்றும் கதாநாயகியின் இழிவான இரண்டக நிலையை ரசித்தவன், கற்பனை முடிவடைந்த நிகழ்வும் நிறமும் எங்கு தொடங்குகிறது என்பதைப் புரிந்து கொள்ள முயன்றான். மலை மீதிருந்த வீட்டில் நடக்கும் இறுதிப் போராட்டத்திற்கு அவனே சாட்சி. முதலில் அச்சத்தோடு அந்தப் பெண் வந்து சேர்ந்தாள். ஒரு கிளை வளைந்து தாக்கியதாய் முகத்தில் வெட்டுப்பட்ட அவளுடைய காதலனும் இப்போது வந்து சேர்ந்தான். வழியும் குருதியை அவள் முத்தத்தால் நிறுத்த முயன்றாள். அவன் அதை அலட்சியப்படுத்தினான். உலர்ந்த இலைகளாலும், வனத்தின் ரகசிய வழிகளாலும், திமிறும் இச்சைகளாலும் ஆன சடங்கை நிகழ்த்துவதற்கு அவன் திரும்ப வரவில்லை. இதயத்திற்கு எதிரே இருந்த குறுவாள் வெதுவெதுப்பை அளித்தது. அடியூடாக இருந்த சுதந்திர உணர்வு நொறுக்கியது. வேட்கை மிகுந்த திணறலான வசனங்கள் பாம்புகளின் சிற்றாறு போல் அப்பக்கங்களில் ஓடியது. இவையெல்லாம் முடிவின்மையிலிருந்து தீர்மானிக்கப்பட்டவையாக இருக்கலாம். வேதனையில் அல்லலுறும் காதலனின் உடலை அன்பால் அமர்த்தவோ அல்லது அதிலிருந்து அவனுடைய மனதைத் திசை திருப்பவோ அவளால் முடியவில்லை. வெறுப்புக்குரிய மற்றொரு உடம்பை அழித்தொழிப்பதற்கான தேவை அவர்களுக்கு இருந்தது. அவர்கள் அதன் சட்டகத்தை வரைந்தார்கள். எதுவும் மறக்கப்படவில்லை. அத்தாட்சி, எதிர்பாராத இடர்கள், தவறுகளின் சாத்தியம். எல்லாம் கணக்கிடப்பட்டாயிற்று. அந்நேரத்திலிருந்து ஒவ்வொரு கணமும் அத்திட்டத்திற்கு என்றே ஒதுக்கப்பட்டது. விவரங்கள் மறுபரிசீலனை செய்யப்பட்டன. அநேகமாக ஒன்றும் மீறப்படவில்லை. ஒருகரம் கன்னத்தை வருடியது. அப்போது இருட்டத் தொடங்கியது.

இப்போது அவர்கள் ஒருவரையொருவர் பார்த்துக்கொள்ள வில்லை. அவர்களை எதிர்நோக்கி இருந்த வேலையில் கவனத்தைச் சிதறாமல் பொருத்தி வீட்டின் வாயிலில் பிரிந்தார்கள். வடக்கில் இட்டுச் சென்ற பாதையை அவள் தொடரவேண்டியிருந்தது. எதிர்ப்பக்கம் ஓடிய பாதையில்,

அவள் ஓடுவதைப் பார்க்க அவன் ஒரு கணம் திரும்பினான். அவளுடைய கூந்தல் கட்டவிழ்ந்து பறந்தது. அரையிருட்டில் மரங்களுக்கு இடையிலும் புதர்களுக்கு இடையிலும் பதுங்கியபடி அவன் ஓடினான். மரங்கள் அடர்ந்த வீட்டிற்கு இட்டுச் செல்லும் பாதையை அவனால் அடையாளம் கண்டுகொள்ள முடிந்தது. நாய்கள் குரைத்துவிடக் கூடாது என்று நினைத்தான். குரைக்கவில்லை. அந்த நேரம் எஸ்டேட் மேனேஜர் அங்கிருக்க மாட்டார். அவரும் அங்கில்லை. மூன்றே எட்டில் வாசலை அடைந்தான். உள்ளே நுழைந்தான். குருதி ஒழுகுவது போல் அப்பெண்ணின் வார்த்தைகள் அவன் காதில் ஒலித்தன. முதலில் நீலநிறக் கூடம். பிறகொரு பெரிய அறை. அதன் பிறகு தரைவிரிப்புகளோடு கூடிய படிக்கட்டு. மேலே இரண்டு கதவுகள். முதல் அறையில் யாரும் இல்லை. இரண்டாவது அறையிலும் ஆட்கள் இல்லை. வரவேற்பறையின் கதவு, கையில் கத்தி, பெரிய ஜன்னல்களிலிருந்து வரும் வெளிச்சம், கையை வாகாக வைத்துக்கொள்ளும் வசதி கொண்ட பச்சை நிற வெல்வெட் உறையிட்ட நாற்காலியின் உயர்ந்த பின்புறம், நாவலைப் படித்துக்கொண்டிருக்கும் அம்மனிதனின் தலை.

●

ஜோர்ஜ் லூயி போர்ஹே

'**ஷே**க்ஸ்பியரின் கவிதையை உச்சாடனம் செய்பவர்கள் அனைவரும் ஷேக்ஸ்பியரே' என்று சொல்லப்படும் இந்நூற்றாண்டின் மிகச் சிறந்த கதை சொல்லிகளில் ஒருவரான 'ஜோர்ஜ் லூயி போர்ஹே' அர்ஜென்டினாவின் முக்கிய நகரங்களில் ஒன்றான பியுனஸ் அயர்ஸில் பிறந்தவர். சிறுகதைகளை மட்டுமே எழுதியவர். அக்கதைகள் வழியாக இந்நூற்றாண்டின் பல முக்கியப் படைப்பாளிகளுக்கு ஆதர்சமாக இருந்தவர். அவருடைய சிறுகதைகளே என் நாவல்களின் ஊற்றுக்கண் என்கிறார் உம்பர்தோ ஈகோ. இங்கு பிரசுரமாகியுள்ள இச்சிறுகதைகள் Labyrinth என்னும் தொகுதியிலிருந்து தேர்ந்தெடுக்கப்பட்டவை. இக்கதைகளை ஆங்கிலத்தில் மொழிபெயர்த்தவர்கள் DonaldA. Yates மற்றும் James E. Irby.

நரகம், I, 32

பதிமூன்றாம் நூற்றாண்டின் இறுதிப் பகுதியில், வைகறை தொடங்கி அந்தி சாயும் மட்டும் ஒரு சிறுத்தை - மரப்பலகைகளை, இரும்புக் கம்பிகளை, அலைந்து கொண்டிருக்கும் மனிதர்களை, சுவரை, சமயங்களில் உலர்ந்த இலைகளால் நிரம்பி வழியும் ஓடையைப் பார்த்துக்கொண்டே இருந்தது. அதற்குத் தெரியாது; தெரிய வாய்ப்பில்லை, அது அன்புக்கும் குரோதத்துக்கும் ஏங்கிற்று என்று. அத்தோடு, பொருள்களைத் துண்டுதுண்டாகக் கிழிப்பதிலுள்ள சந்தோஷம், ஆர்வம்; காற்றில் மானின் வாசனை; இருப்பினும் ஏதோவொன்று அதை மூச்சு திணறடித்தது. ஏதோவொன்று அதனுள் திணறியது. கடவுள் சிறுத்தையோடு கனவில் பேசினார்: "நீ இந்தச் சிறையில் வாழ்ந்து மடியப்போகிறாய். இதன் பயனாக எனக்குத் தெரிந்த ஒரு மனிதன் குறிப்பிட்ட சில தடவை உன்னைப் பார்ப்பான். பிறகு உன்னை மறக்காமல் உன் வடிவத்தை ஒரு குறியீடாக ஒரு கவிதையில் வார்ப்பான். அது இந்தப் பிரபஞ்சத்தில் நிரந்தர இடத்தை வகிக்கும். சிறை பிடிக்கப்பட்டதன் துன்பத்தை நீ அனுபவித்துவிட்டாய். ஆனால் கவிதைக்கு ஒரு வார்த்தை வழங்கி இருக்கிறாய்." கடவுள், கனவில் அம்மிருகத்தின் துயரத்தை நீக்க, சிறுத்தை காரணங்களைப் புரிந்துகொண்டதோடு அதன் விதியையும் ஏற்றுக்கொண்டது. ஆனால் அது விழித்து எழுந்தபோது, அதற்கு இனம்புரியாத ஒரு விலகலும் மட தைரியமும் உண்டாயிற்று. அந்த எளிய மிருகத்துக்கு இந்த உலகின் சூட்சுமம் புரிந்துகொள்ள முடியாத புதிராக மிஞ்சியது.

சில வருடங்களுக்குப் பிறகு, எல்லா பிற மனிதர்களையும்

போல ஆதரவுக்கு எவருமின்றி தனியே ரவின்னாவில் தாந்தே இறந்து கொண்டிருந்தபோது, கடவுள் அவருடைய கனவில் தோன்றி அவருடைய வாழ்வின், படைப்பின் ரகசிய நோக்கத்தை அவருக்குத் தெரியப்படுத்தினார். அப்போது தாந்தேவிற்கு வாழ்வில் விளைந்த கசப்பு ஆசீர்வதிக்கப்பட்டதாகத் தோன்றியது. மரபு தொடர்ந்தது. விழித்து எழுந்தபோது, விசேஷமான ஒன்றைப் பெற்றதாகவும் அதைத் தொலைத்துவிட்டதாகவும் அவர் உணர்ந்தார். அவரால் ஒருபோதும் அதையோ அல்லது அதன் கணநேரத் தோற்றத்தையோகூட மீட்டு எடுக்க முடியவில்லை. அந்த எளிய மனிதருக்கும் இந்த உலகின் சூட்சுமம் புரிந்துகொள்ள முடியாத, சிக்கலானதொரு புதிராகவே எஞ்சியது.

●

நாயகனும் துரோகியும் பற்றிய கருப்பொருள்

ஆக அந்த பிளோடோனிக் வருடம் பழமையில் சுழல்வதற்குப் பதிலாக, புதிய சரியையும் தவறையும் சுழற்றுகிறது: யாவரும் நடனக்காரர்களே, அவர்களின் நடையொலியும்கூட நாராசமாய் ஒலிக்கும் கண்டாமணியில் தேய்கிறது.

டபுள்யு.பி. யேட்ஸ்: கோபுரம்

என் ஓய்வுக்குக்குரிய மதியங்களில் செஸ்டர்ன் (சுவையூட்டும் நடையில் திட்டமிட்டு மர்மங்களைப் பற்றி எழுதியவர்) மற்றும் அரசவை ஆலோசகர் லீப்னிஸின் (உடலும் உயிரும் படைக்கப்படுவதற்கு முன்னமே அவற்றுக்கிடையில் ஒத்திசைவு இருந்திருக்கிறது என்னும் கோட்பாட்டைக் கண்டுபிடித்தவர்) வெளிப்படையான தாக்கம் கொண்ட இந்த கதைக் கருவை என்றேனும் எழுதலாம் என்கிற என்னுடைய கற்பனையே என்னை நியாயப்படுத்தியது. சில விவரங்கள், பிழை நீக்கங்கள், திருத்தங்கள் மட்டுமே குறைகின்றன; கதையில் நான் அறியாத பிரதேசங்கள் இருக்கின்றன; இன்று ஜனவரி 3, 1944. நான் அதைப் பின்வருவது போல் பார்ப்பேன்:

இந்த நிகழ்வு ஒடுக்கப்பட்ட கொந்தளிப்பான ஒரு தேசத்தில் போலந்து, அயர்லாந்து, வெனிசுலா குடியரசு, சில தென் அமெரிக்க தேசங்களிலோ அல்லது பால்கன் பிரதேசத்திலோ நிகழ்கிறது அல்லது நிகழ்ந்து முடிந்துவிட்டது. கதை சொல்லி சமகாலத்தவனாக இருப்பதால் அவனுடைய கதையும் பத்தொன்பதாம் நூற்றாண்டின் துவக்கத்திலோ மத்தியிலோ நிகழ்ந்திருக்க வேண்டும். கதை கூறலின் சௌகரியத்திற்காக அயர்லாந்தில் 1824 இல் இது நிகழ்கிறது என்று வைத்துக்கொள்வோம். கதை சொல்லியின் பெயர்

ரயான். ரயான், படுகொலை செய்யப்பட்ட இளம் வீரனான ஃபெர்க்கஸ் கில் பாத்திரிக்கின் கொள்ளுப் பேரன். ஃபெர்க்ஸ் கில்பாத்திரிக்கின் கல்லறை மர்மமான முறையில் அழித்தொழிக்கப்பட்டது. அவனுடைய பெயர் பிரௌனிங் மற்றும் ஹகோவின் கவிதைகளை அலங்கரித்திருக்கிறது. அவனுடைய சிலை சாம்பல் நிற மலைக்குன்றின் செந்நிறப் புதர்ச்செடிகளுக்கு மத்தியில் கம்பீரமாகக் காட்சியளிக்கிறது.

கில்பாத்திரிக் ஒரு சதிகாரன், ரகசியச் சங்கம் ஒன்றின் தன்னிகரற்ற தலைவன். ஆசீர்வதிக்கப்பட்ட பூமியைக் கண்ணால் கண்ட, ஆனால் அதை அடைய முடியாது போன மாப் என்ற நிலப்பகுதியிலிருந்து வந்த மோசஸைப் போலவே கில்பாத்திரிக்கும் புரட்சி வெற்றியடைந்த தினத்தில் நிகழ்ந்த மாலைக் கொண்டாட்டத்தில் வைத்து மாண்டு போனான். அவனுடைய மரணத்தை அவன் முன்னுணர்ந்திருந்தான். அவனுடைய நூற்றாண்டு நினைவுநாள் நெருங்கியது; குற்றம் நிகழ்ந்த சூழல் மர்மம் மிகுந்திருந்தது; கில்பாத்திரிக்கின் சுயசரிதையை எழுதுவதில் முனைந்திருந்த ரயான், அம் மர்மம் காவல்துறையின் எளிய விசாரணை வரம்புகளைக் கடந்திருந்ததைக் கண்டுபிடித்தான். கில்பாத்திரிக் ஒரு நாடக அரங்கில் வைத்துப் படுகொலை செய்யப்பட்டான்; கொலையாளியை பிரிட்டன் காவல் துறையினரால் கண்டுபிடிக்க முடியவில்லை; வரலாற்றாசிரியர்களும் அரசாங்கத்தின் நற்பெயருக்கு அது களங்கம் ஏற்படுத்தும் என்பதால் அதை மறைத்துவிட்டார்கள். ஒருவேளை காவல் துறையினரேகூட அவனைக் கொன்றிருக்கலாம். இந்தப் புதிரின் பிற அம்சங்கள் ரயானைத் தொந்தரவு செய்தது. அவை சுழற்சித் தன்மை கொண்டவை. பல்வேறு காலங்களில், பல்வேறு இடங்களில் மீண்டும் மீண்டும் நிகழ்வது போல் அவை தோற்றமளித்தது. உதாரணமாக, நம் நாயகனின் உடலைப் பரிசோதித்த அதிகாரிகள், எதிர்பாராத வகையில் பிரிக்கப்படாத ஒரு கடிதத்தைக் கண்டுபிடித்ததை எவரும் அறியவில்லை. கடிதம், கில்பாத்திரிக் மாலை நாடக அரங்கில் கலந்து கொள்வதைக் குறித்து எச்சரித்தது. இதைப் போலவே இருப்பிடத்திற்குத் திரும்பும் வழியில் நண்பனின் ஜூலியஸ் சீசருக்கும் ஒரு குறிப்பு கிடைத்தது. சதியாலோசனையைத் துரோகிகளின் பெயரோடு அம்பலப்படுத்திய அக்குறிப்பை, சீசர் வாசிக்கவே இல்லை. சீசரின் மனைவி கல்புர்னியா செனட்டின் ஆணையால் ஒரு கோபுரம் அழிவதாகவும்,

கில்பாத்திரிக் படுகொலை செய்யப்பட்ட மாலையில் தேசம் முழுவதும் எவராலோ பொய்யான வதந்திகள் உலவவிடப்படுவதாகவும் கில்கராவனில் உள்ள வட்டக் கோபுரம் கில்பாத்திரிக் கில்கராவனில் பிறந்ததின் நிமித்தம் எரிந்து போவதாகவும் கனவு கண்டாள். சீசரின் கதைக்கும் அயர்லாந்து சதிகாரனின் கதைக்கும் இடையேயான உள்ளொப்புமை (உடலும் உயிரும் தொடர்பின்றியே இசைவாக இயங்குகின்றன என்னும் கோட்பாடும், பிறவும்) ரயானைத் தொடர்ச்சியான கோடுகளின் அமைப்பான, ரகசிய வடிவம் கொண்ட காலத்தின் இருப்பாக இது இருக்குமோ என்று எண்ண வைத்தது. அவன் பின்ன(ம்)த்தின் வரலாற்றை உருவாக்கிய கன்தோர்சட், சொல்லின் வடிவ அமைப்பு குறித்து யோசித்த ஹெகல், ஸ்பென்கலர், விகோ மற்றும் தங்கத்தை இரும்பாகக் குலைத்து மாற்றும் ஹோசிடோட் மனிதர்களைப் பற்றி நினைத்துக்கொண்டான்.

மறுபிறப்புக் கொள்கையைப் பற்றி ரயான் யோசித்தான். அக்கொள்கையே செல்டிக் இலக்கியத்திற்கு ஓர் அச்ச உணர்வை வழங்கியது. பிரிட்டிஷ் குருமார்களின் வம்சத்தில் சீசர் வந்தது; ஃபெர்க்ஸ் கில்பாத்திரிக், கில்பாத்திரிக்காகப் பிறப்பு எடுப்பதற்கு முன் என்னவாக இருந்தான் என்றெல்லாம் யோசித்துப் பார்த்தபோது, ஃபெர்க்ஸ் கில்பாத்திரிக்தான் ஜுலியஸ் சீசர் என்பதை ரயான் சட்டென்று கண்டுபிடித்தான்.! ஆச்சரியமூட்டும் இக்கண்டுபிடிப்பால் இந்தப் புதிர் வட்டப் பாதைகளிலிருந்து அவன் தப்பித்தான். இருப்பினும், அக்கண்டுபிடிப்பு மேலும் தீர்வு காண இயலாத, பல்வகை முரண்களைத் தன்னுள் கொண்ட மற்றொரு புதிரில் அவனை ஆழ்த்தியது. ஃபெர்க்ஸ் கில்பாத்திரிக் மரித்த தினத்தன்று கில்பாத்திரிக்கோடு உரையாடிய ஒரு யாசகன் முணுமுணுத்த வார்த்தைகளை ஷேக்ஸ்பியர் அவருடைய துயர காவியமான மேக்பத்தில் முன்பே முன்னுணர்ந்து எழுதியிருந்தார். வரலாறு வரலாற்றை நகல் செய்வதன் வழியாக முன்னமே போதுமான அளவு ஆச்சரியத்தை ஏற்படுத்தி இருக்கிறது. ஆனால், வரலாறு இலக்கியத்தை நகல் செய்வதைத்தான் புரிந்துகொள்ள முடியவில்லை. ரயான் மேலும் மற்றொன்றைக் கண்டுபிடித்தான். 1814இல் நம் நாயகனின் நண்பர்களில் ஒருவரான ஜேம்ஸ் அலெக்ஸாண்டர் நோலன், ஷேக்ஸ்பியரின் முக்கிய நாடகங்களை எல்லாம் கெல்டிக் மொழியில் மொழிபெயர்த்திருந்தார். அவற்றில் ஒன்று ஜுலியஸ் சீசர்.

மேலும், ஆவணக் காப்பகத்திலிருந்து, நோலன் எழுதிய, ஸ்விஸ் ஃபெஸ்திப்பிஸ் என்கிற நாடக வடிவம் பற்றிய கட்டுரையின் கையெழுத்துப் பிரதியையும் ரயான் கண்டுபிடித்தான். ஸ்விஸ் ஃபெஸ்திப்பினை நிகழ்த்துவதற்கு விஸ்தாரமான இடமும், அலைந்து திரிகிற ஆயிரக்கணக்கான நடிகர்களும், நாடகப் பிரதிநிதிகளும், வரலாற்றின் அத்தியாயங்களுக்குள் நிகழ்ந்து முடிந்த இடங்களும், நகரமும், மலையும் தேவை.

வெளியிடப்படாத மற்றொரு குறிப்பும் ரயானுக்குக் கிடைத்தது. இறப்பதற்குச் சில தினங்களுக்கு முன் கில்பாத்திரிக், அவனுடைய தலைமையில் நிகழ்ந்த கடைசிச் சந்திப்பில், ஒரு துரோகியை அழித்தொழிக்கும்படி கட்டளை இட்டிருக்கிறான். ஆவணத்தில் துரோகியின் பெயர் அழிக்கப்பட்டிருந்தது. ஒருவிதத்தில் கில்பாத்திரிக்கின் இரக்க சுபாவத்தோடு இந்த ஆணை பொருந்தி வரவில்லை. ரயான் இவ்விஷயம் பற்றி ஆய்வு செய்து (என்னுடைய திட்டத்தில் ஆராய்ச்சி மட்டுமே குறைபாடு உடையது) இப்புதிரை விளக்க முயன்றான்.

கில்பாத்திரிக் ஒரு நாடக அரங்கில் வைத்துப் படுகொலை செய்யப்பட்டான். ஆனால் முழு நகரமும் ஒரு நாடக அரங்கமே. பேரெண்ணிக்கை கொண்ட நடிகர்களால் பல தினங்கள், பல இரவுகள் நிகழ்ந்த இந்த நாடகம் அவனுடைய மரணத்தில் நிறைவு பெற்றது. இதுதான் நிகழ்ந்திருக்க வேண்டும்.

1824 ஆகஸ்ட் 2, சதிகாரர்கள் திரண்டனர். புரட்சி வெடிப்பதற்கு ஏற்ற நிலையில் தேசம் இருந்தது. இருப்பினும், ஏதோவொன்றால் திட்டம் எப்போதும் தோல்வியைத் தழுவியது. கூட்டத்தில் ஒரு துரோகி உலவினான்.

கூட்டத்தினுள் உலவியது ரோகியைக் கண்டுபிடிக்கும் பொறுப்பு ஃபெர்க்ஸ் கில்பாத்திரிக்கால் ஜேம்ஸ் நோலனுக்குக் கொடுக்கப்பட்டது. நோலன் தன் பணியைத் தொடங்கினார். அடுத்த சந்திப்பில் யாவர் முன்னிலையிலும் கில் பாத்திரிக்கே துரோகி என்று அறிவித்தார். குற்றச்சாட்டை மறுக்க இயலாத சாட்சியங்களோடு மெய்ப்பித்துக் காட்டினார். சதிகாரர்கள் அவர்களுடைய தலைவனுக்கு மரணத்தைத் தீர்ப்பளித்தார்கள். அவன் தன் அழிவைத் தானே தேடிக்கொண்டான். அவனுடைய தண்டனை அவன் தேசத்தை பாதிக்காமல் பார்த்துக்கொள்ளும்படி மட்டும் அதிகாரங்களை வேண்டிக் கொண்டான்.

இதற்குப் பிறகுதான் நோலன் இந்த விநோதத் திட்டத்தை உருவாக்கியிருக்க வேண்டும். அயர்லாந்து கில்பாத்திரிக்கை வழிபட்டுக்கொண்டிருந்த நேரம் அது. அவன்மீது சுமத்தப்பட்டுள்ள பெரும் பழி மெல்லிய சந்தேகத்தை உருவாக்கி, புரட்சிக்குப் பெரும் இடையூறாக மாறலாம் என்பதை நோலன் உணர்ந்து இருந்தார். துரோகிக்குத் தண்டனை அளிப்பதையே தேசத்தின் விடுதலைக்கான ஒரு மார்க்கமாக உருமாற்றிவிடும் ஒரு திட்டத்தை முன்மொழிந்தார்.

குற்றம் சாட்டப்பட்டுள்ள மனிதன் பெயர் அறியாத ஒரு மனிதனின் கைகளால், திட்டமிடப்பட்ட, நாடகவர்த்தனமான சூழ்நிலையில் வைத்துப் படுகொலை செய்யப்படுவான். அது மக்களின் மனத்தில், கற்பனையில் நீங்கா இடம் பெற்றுப் புரட்சியை விரைவுபடுத்தும். கில்பாத்திரிக், அவனுடைய மரணம்தான் இத்திட்டத்தைச் செழுமையூட்டப்போகிறது என்பதாலும், இது அவனுடைய பரிகாரத்திற்குக் கிடைத்துள்ள ஒரு வாய்ப்பு என்பதாலும் உடன்படுகிறான்.

நோலன் தக்க சமயத்தில் வந்து சேர்ந்தார். இருப்பினும் பல சிறிய நிகழ்வுகளைத் தன்னுள் கொண்ட இப்பிரமாண்ட நிகழ்விற்கு ஏற்ற பல்வகைச் சூழலை அவரால் உருவாக்க முடியவில்லை. ஆதலால் அவர் மற்றொரு நாடகக்காரரான, ஆங்கிலேயர்களின் எதிரியான வில்லியம் ஷேக்ஸ்பியரிடமிருந்து பல பகுதிகளைப் பிரதியெடுக்க வேண்டியிருந்தது. மேக்பத்திலிருந்தும், ஜூலியஸ் சீசரிலிருந்தும் பல காட்சிகளை எடுத்து மீண்டும் நிகழ்த்திப் பார்த்தார். ரகசியமாகவும் வெளிப்படையாகவும் பல நாட்கள் நாடகம் தொடர்ந்தது.

குற்றஞ்சாட்டப்பட்ட மனிதன் டுப்லீனில் நுழைகிறான். உரையாடுகிறான், நடிக்கிறான், கடிந்துரைக்கிறான், இரக்கத்தை ஏற்படுத்தும் வார்த்தைகளை முணுமுணுக்கிறான். நோலனால் முன் தீர்மானிக்கப்பட்டிருந்த இந்த அசைவுகள் எல்லாம் கில்பாத்திரிக்கின் புகழில் எதிரொலித்தன. நாடகத்தில் மையப் பாத்திரத்தோடு நூற்றுக்கணக்கான நடிகர்கள் பிணைக்கப்பட்டிருந்தார்கள். அதில் சிலருடைய பங்கு சிக்கலானது. வேறு சிலருடையதோ தற்காலிகமானது. அவர்கள் பேசிய, விடுபட்ட விஷயங்கள்; அயர்லாந்தின் வரலாற்றுப் புத்தகங்களில் ஞாபகங்களை, உணர்வுகளைக் கிளர்த்தும் விதத்தில் பதிவு செய்யப்பட்டிருக்கிறது. நுட்பமான விவரங்களாலான விதியால் அலைக்கழிக்கப்பட்ட

கில்பாத்திரிக்கை எந்த விதி காப்பாற்றியதோ, அதுவே அவனை அழிக்கவும் செய்தது. எதிர்பாராத நிகழ்வுகளால் அவன் வாழ்வை மாற்றி எழுதி அது புகழ் அடையவும் செய்தது. புகழ்பெற்ற அந்த நாடகம் இவ்வாறுதான் நிகழ்ந்திருக்கும். 1824 ஆகஸ்ட் மாதம் 6ஆம் தேதி நாடக அரங்கிலுள்ள ஒரு தனியறைக்கூடத்தில் துயரத்தின் திரைகள் மேல் உயர, லிங்கனின் நிகழ்வை முன்உணர்த்தும் நிகழ்வான, பேராவல் கொண்ட ஒரு குண்டு நம் நாயகனும் துரோகியுமானவனின் மார்பைத் துளைக்கிறது. பொங்கி வழியும் ரத்தத்திற்கிடையிலும் கில்பாத்திரிக் முன்பே முன்னறிவிக்கப்பட்ட சில வார்த்தைகளைத் தெளிவாக முணுமுணுக்கிறான்.

நோலனின் படைப்பில், ஷேக்ஸ்பியரின் படைப்பிலிருந்து பிரதியெடுக்கப்பட்ட வரிகள்தான் குறைந்த அளவு நாடகார்த்தனம் கொண்டதாக இருந்தன. எதிர்காலத்தில் எவரேனும் இவ்வுண்மையைக் கண்டுபிடித்து விடலாம் என்பதை நோலன் ஊகித்து இவற்றை இடைசெருகியிருக்க வேண்டுமோ என்று ரயான் சந்தேகித்தான். பிறகு நோலனின் திட்டத்தில் தானும் ஓர் அங்கமே என்பதையும் அவன் புரிந்து கொண்டான். கொந்தளிப்பான நீண்ட மன அலைக்கழிப்புகளுக்குப் பிறகு தன்னுடைய கண்டுபிடிப்பை அவன் மறைக்க முடிவு செய்தான். அவன் வெளியிட்ட ஒரு புத்தகம் நம் நாயகனின் நினைவிற்கு அர்ப்பணிக்கப்பட்டிருந்தது. அதுவும்கூட முன்னுணரப்பட்டதாக இருக்கலாம்.

●

பின்னிணைப்பு

பாரிஸில் ஹெமிங்வேயைச் சந்தித்தேன்

காப்ரியேல் கார்ஸியா மார்க்வெஸ்

சட்டென்றுதான் அவரை அடையாளம் கண்டுகொண்டேன். பாரிஸிலுள்ள பொலிவார்டில் செயின்ட் மிச்செல் தெருவில் 1957இல் ஓர் இலையுதிர் காலத்து மழை நாளில் மனைவி மேரி வெல்ஸோடு அவர் என்னைக் கடந்து சென்றுகொண்டிருந்தார். தெருவின் எதிர்ப்புறத்தில் லக்சம்பெர்க் தோட்டம் - இருந்த திசையில் வெளுத்த கௌபாய் பேண்ட்டும், பெரிய கம்பளிச் சட்டையும், பந்து விளையாட்டு வீரனின் தொப்பியும் அணிந்தபடி அவர் நடந்து போய்க்கொண்டிருந்தார். அவருடைய உடைமையாக இருக்க சாத்தியமில்லை என்று தோன்றிய ஒரு விஷயம் ஒரு ஜோடி உருண்ட, மெல்லிய, உலோகம் பொருந்திய கண்ணாடி. அது அவருக்கு ஒரு வயோதிகரின் தோற்றத்தை அளித்தது. ஐம்பத்திஒன்பது வயது ஆகியிருந்தபோதும், ஏறக்குறைய ஒரு வயோதிகராக அவர் காணப்பட்டபோதும், அவர் விரும்பியது போல் மிகுந்த வலிமை உடையவர் என்கிற உளப்பதிவை அவரால் ஏற்படுத்த முடியவில்லை. அவருடைய இடுப்பு குறுகியிருந்ததும், முரட்டு லம்பர்ஜெக் ஷூவின் மேலுள்ள கால்கள் சிறிது மெலிந்திருந்ததும்தான் அதற்குக் காரணம். செர்போனின் இளமை உற்சாகத்திற்கிடையிலும் பழைய புத்தகக் கடைகளுக்கு மத்தியிலும் அவர் மிகுந்த உயிர்ப்போடு காணப்பட்டார். அவர் இறப்பதற்கு நான்கு வருடங்களே மீதமிருந்தன என்பதை அப்போது கற்பனை செய்வதற்குக் கடினமாக இருந்தது.

ஒரு கணம், அச்சூழ்நிலையில் எப்போதும் போல் என்னுள் போட்டியிடும் இரண்டு தொழில்களுக்கு மத்தியில் சிக்கிக்கொண்டதை நான் உணர்ந்தேன். அப்போது

எனக்குத் தெரியவில்லை அவரிடம் சென்று ஒரு பேட்டி கேட்கலாமா அல்லது இருமருங்கிலும் மரங்கள் அடர்ந்த அந்த சாலையைக் கடந்து சென்று அவரிடம் எனக்குள்ள உவகையை புலப்படுத்தலாமா என்று! ஆனால் அந்த இரண்டு திட்டங்களுமே எனக்கு மிகப்பெரிய அசௌகரியத்தை ஏற்படுத்தின. இன்று நான் பேசும் அரைகுறையான ஆங்கிலத்தைத்தான் அன்றும் பேசி வந்தேன். மற்றும் அக்காளைச் சண்டை வீரரின் ஸ்பானிஷைப் பற்றி உறுதியாக எனக்கு எதுவும் தெரியாது. ஆதலால் மேற்படி செயல்களை மேற்கொண்டு அக்கணத்தை நான் நாசம் செய்ய விரும்ப வில்லை. மாறாக, இரண்டு கைகளையும் குவித்து, வாய் அருகில் வைத்து, வனத்திலிருக்கும் டார்சானைப் போல் நடைபாதையின் ஒருபுறத்திலிருந்து மற்றொரு புறத்தைப் நோக்கி 'மேஸ்ட்ரோ!' என்று கத்தினேன். அம்மாபெரும் மாணவக் கூட்டத்திற்கு நடுவில் எர்னெஸ்ட் ஹெமிங்வே தன்னைத் தவிர வேறெந்த ஆசானும் அங்கில்லை என்பதைச் சட்டென்று புரிந்து கொண்டார். ஆதலால் அவரும் திரும்பி தன் கைகளை உயர்த்தி, ஓர் அரசனைப் போல் ஒரு குழந்தையின் குரலில், "போய் வா நண்பா" என்று கத்தினார். கடைசியாக நான் அவரைப் பார்த்தது அச்சமயத்தில்தான். அந்நேரம் 28 வயதான ஒரு பத்திரிகையாளனான நான், ஒரு நாவலை வெளியிட்டிருந்ததோடு கொலம்பியாவில் ஓர் இலக்கியப் பரிசையும் பெற்றிருந்தேன். இரண்டு வட அமெரிக்க நாவலாசிரியர்கள்தான் அப்போது என்னுடைய ஆசான்கள். அவர்களுக்கிடையில் பொதுப் பண்புகள் மிகக் குறைவு. அச்சமயம் வரை அவர்கள் வெளியிட்டிருந்த எல்லாவற்றையும் அப்போது நான் வாசித்திருந்தேன். ஆனால் அது நிறைவான வாசிப்பு அல்ல. மாறாக, எதிர்மறையான, பரஸ்பரம் இருவரின் பிரத்யேக இலக்கியத் தொழில் திறனைப் புரிந்துகொள்ளும் வகையான ஒரு வகை வாசிப்பே. அவற்றில் ஒருவர் வில்லியம் ஃபாக்னர். என் கண்களை ஒருபோதும் நிலைத்திருக்க விடாதவர். அவரை கார்டியர் பெர்ஸ்சன் எடுத்த புகழ்பெற்ற புகைப்படமான இரண்டு வெள்ளை நாய்களோடு பெரிய சட்டை அணிந்தபடி கைகளைக் கட்டிக்கொண்டு நிற்கும் ஒரு விவசாயியைப் போல் அவரை என்னால் கற்பனைச் செய்துகொள்ள முடிகிறது. மற்றொருவர், ஒரு சிறிய மனிதர். சற்றைக்கு முன் தெருவின் எதிர்ப்புறத்திலிருந்து பிரியாவிடை கொடுத்தபடி என் வாழ்வில் ஏதோ ஒன்று நிகழ்ந்தது அல்லது

எல்லா காலத்திற்குமான ஒன்று நிகழ்ந்துவிட்டது என்கிற மனப்பதிவை ஏற்படுத்தியபடி என்னை நீங்கிச் செல்கிறவர்.

யார் சொன்னார்கள் என்று எனக்குத் தெரியவில்லை. நாவலாசிரியர்கள் பிறருடைய நாவல்களைப் படிப்பதற்குக் காரணம் பிறர் அதை எப்படி எழுதியுள்ளார்கள் என்று அறிந்து கொள்வதற்குத்தான். நானும் அதை மெய்யென்றே விசுவாசிக்கிறேன். தாள்களின் மேற்பரப்பில் வெளிப்படும் ரகசியங்களால் நாங்கள் திருப்தி அடைவதில்லை. புத்தகங்களைப் புரட்டி அதன் மையங்களைக் கண்டுபிடிக்க முயல்கிறோம். ஒரு வகையில் அதை விளக்குவது கடினம். நாங்கள் புத்தகத்தின் முக்கியப் பகுதிகளைத் தவிர்த்து பிறவற்றை உடைத்துவிடுவோம். அதன் பிரத்யேகக் கடிகார வேலைகளை, புதிர்களை அறிந்துகொண்டு பிறகு அதைப் பழைய ஸ்திதிக்கு மாற்றி வைத்துவிடுவோம். ஃபாக்னரின் புத்தகங்களில் இம்முயற்சி சோர்வு ஊட்டக்கூடியது. காரணம், அவருடைய எழுத்து ஓர் ஒழுங்கமைவிற்கு உட்பட்டதல்ல. அவருடைய புத்தகம் என்னும் பிரபஞ்சத்தில் கண் மூடியபடி பளிங்குக் கடையில் வழி தவறிய ஆட்டு மந்தையைப் போல் நாம் நடக்க வேண்டும். அவருடைய ஒரு பக்கத்தைப் பிரித்து ஆராய்ந்தால் கம்பிச் சுருள்களும் திருகாணிகளும் மட்டுமே கிடைக்கும். அவற்றை ஒருபோதும் உங்களால் பழைய ஸ்திதிக்கு மாற்ற முடியாது. ஆனால் ஹெமிங்வே இதற்கு நேர் எதிர். குறைந்த ஆர்வத்தோடு, மட்டிய உணர்வோடும் மெல்லிய பித்தோடும், அதே வேளையில் மிகச் சிறப்பான கட்டுக்கோப்புடனும் சரக்கு வண்டிகளில் திருகாணிகள் வெளிப்படையாகத் தெரிவது போல் எழுதக்கூடியவர். ஒருவேளை இந்தக் காரணங்களால்தான் ஃபாக்னர் என்னும் படைப்பாளி என் ஆத்மாவோடும், ஹெமிங்வே என்னும் படைப்பாளி - அவருடைய புத்தகங்களுக்காக அல்ல, எழுத்துக் கலையின் தொழில் திறன் சம்பந்தமான அவருடைய அபரிதமான ஞானத்திற்காக - என் தொழில் திறனோடும் தொடர்புடையவராக இருக்கிறார். பாரிஸ் ரிவ்யூவின் ஜார்ஜ் பிளிம்மட்டனோடுள்ள வரலாற்றுச் சிறப்புமிக்க பேட்டியில் ஹெமிங்வே, படைப்பு என்கிற கற்பனாவாத எண்ணத்திற்கு எதிராக அதன் எளிய வசதியையும் நல்ல ஆரோக்கியமும் எழுத உகந்ததாய் இருந்தபோதும் அதன் முக்கிய சிரமங்களில் ஒன்றான வார்த்தைகளைச் சிறப்பாக ஒழுங்கமைப்பதை:

“எழுதுவது கடினமாகும்போது ஒருவர் அவருடைய புத்தகங்களையே மறுமுறை வாசிப்பது நல்லது. ஏனெனில், அது என்றுமே கடினமாகத்தான் இருந்தது என்பதை அவர் நினைவூட்டிக்கொள்ள.”

“ஒருவரால் எந்த இடத்திலும் எழுத முடியும். எதுவரை எனில் பார்வையாளர்களோ தொலைபேசியோ இல்லாத வரையில்.”

“பத்திரிகை எழுத்து ஓர் எழுத்தாளனை அழித்துவிடும் என்பது உண்மையல்ல. அவ்வாறு பலமுறை சொல்லப்பட்ட போதும் உண்மை அதற்கு நேர்மாறானது. எழுதுவது ஒன்றே வாழ்க்கையின் பிரதான நோக்கமாகவும் அளப்பரிய சந்தோசமுமாகவும் மாறும்போது, ஒருவர் அதைக் கைவிட்டாலும் அது அவர்களைப் பின் தொடரும். மரணத்தால் மட்டுமே அதற்கு ஒரு முடிவுகட்ட முடியும்.”

இறுதியாக, அவருடைய வார்த்தைகளே மாபெரும் கண்டுபிடிப்புகள்.

எனக்குத் தெரிந்து எழுதுவது பற்றி இதைவிடச் சிறப்பாக யாதொரு அறிவுரையும் சொல்லப்பட்டதில்லை. இது கூடுதலோ குறைவோ அல்ல, எழுத்தாளர்களின் மாபெரும் பயமான, அதிகாலை வேதனையான வெற்றுத் தாளை எதிர்கொள்வதற்கு இதுவே இறுதியான வழிமுறை.

ஹெமிங்வேயின் எல்லாப் படைப்புகளிலுமே அவரது தீவிரம் சிறப்பாக வெளிப்படுகிறது. ஆனால் அது சிறிது காலம்தான் வாழ்ந்தது. அது புரிந்துகொள்ளக் கூடியதே. அவரைப் போல் உள் விறைப்பு கூடிய, தொழில்திறனில் மேதகு ஆளுமை கொண்ட ஒருவருக்கு பரந்த ஆபத்தான எல்லைகளைக் கொண்ட நாவலில் நிலைத்து நிற்பது கடினமே. அவருடைய இயல்பும் இதற்குப் பொருந்தக்கூடியது அல்ல. அவருடைய பிழையே அவருடைய சிறப்பான எல்லைகளை அவரே கடக்க முயற்சித்ததுதான். அதனால்தான் மற்ற எழுத்தாளர்களைவிட அவரிடம் வெளிப்பட்ட எல்லா அதீதங்களும் அதிகமாக கவனிக்கப்பட்டது. அவருடைய நாவல்கள் எல்லாம் சிறுகதைகள் போல் இருக்கும். அளவுவிகிதம் தாண்டியவை. அதிகப்படியான விஷயங்களை உள் அடக்கியவை. நேர்மாறாக, அவருடைய கதைகளைப் பற்றிய விஷயம் என்னவென்றால் அவை ஏதோவொன்றை மறைத்து வைத்திருக்கிறது என்கிற

தோற்றத்தை ஏற்படுத்தும் வல்லமை கொண்டவை. அதுவே அதன் மாயமும் அழகும்.

நம் காலத்தின் மிகச் சிறந்த எழுத்தாளர்களில் ஒருவர், ஜோர்ஜ் லூயி போர்ஹே. எல்லாவற்றையும் மேம்படுத்திவிடக் கூடாது என்ற பிரக்ஞை அவருக்கு எப்போதும் இருந்தது.

ஃபிரான்சிஸ் மெக்கோபாரின் சிங்கத்தை நோக்கிய ஒன்றைச் சுடுதல், வேட்டையைக் குறித்த, சிறந்த பாடத்தை வெளிப்படுத்துகிற அதே வேளையில் எழுத்துக் கலை பற்றியும் சுருக்கமாக நமக்கு விளக்குகிறது.

அவருடைய கதை ஒன்றில், ஹெமிங்வே லிபியாவிலிருந்து வந்த ஒரு காளையைப் பற்றிச் சொல்லும்போது, காளை ஒரு மெட்டாடர் வீரனின் மார்பை உரசிய பின், 'ஒரு பூனை மூலையில் திரும்புவது போல் திரும்பியது' என்று எழுதுகிறார். முழுமையான பணிவோடு நான் விசுவாசிக்கிறேன், ஆர்வமூட்டக்கூடிய முட்டாள்தனத்தின் துகள்களைக் கொண்ட அந்தப் பார்வை மிகச் சிறந்த எழுத்தாளர்களிடமிருந்து மட்டுமே வெளிப்படும். ஹெமிங்வேயின் படைப்புகளெல்லாம் இம்மாதிரி எளிய ஆச்சரியமூட்டும் கண்டுபிடிப்புகளால் நிறைந்திருக்கின்றன. எழுத்து பற்றிய அவருடைய கோட்பாடுகளை இவ்விடங்கள் நமக்கு வெளிப்படுத்துகின்றன. சிறுகதை என்பது ஸ்திரமாகத் தெரியும் பனிப்பாறையைப் போல் - எட்டில் ஏழு பங்கு அமிழ்ந்து இருக்க வேண்டும் என்று அவர் கூறுவார்.

வடிவம் பற்றிய அந்தப் பிரக்ஞையே, ஹெமிங்வே நாவல்களின் வழி புகழ் பெற்றதற்கும், ஆனால் கட்டுக்கோப்பான சிறுகதைகளின் வழி புகழ் அடைய முடியாததற்குமான காரணம் என்பது என் அவதானிப்பு.

'யாருக்காக இந்த மணி ஒலித்தது?' என்னும் நாவலை எடுத்துக்கொண்டால், அவர் சொன்னது போல் அந்தப் புத்தகத்தை எழுதும்போது அவருக்கு எவ்வித முன்தீர்மானமும் இல்லை. மாறாக, எழுதும்போதுதான் ஒவ்வொரு நாளும் புதிது புதிதாக ஒன்றை அவர் கண்டுபிடித்தார். இதை அவர் நமக்குச் சொல்ல வேண்டியதில்லை. இது வெளிப்படையானதே. இதற்கு மாறாகச் சட்டென்று ஆர்வமூட்டக்கூடிய அவரது சிறுகதைகளோ மிகத் திட்டமிடப்பட்டவை. சான் இசிட்ரோ

நகரில் நிகழ்ந்த திருவிழாவில் பனிப்புயலால் ரத்து செய்யப்பட்ட காளைச் சண்டையின் நிமித்தம் மேட்ராட் மேன்ஷனில், ஒரு மே மாத மதியத்தில் வைத்து எழுதப்பட்ட மூன்று கதைகள் - அந்தக் கதைகளைப் பற்றி அவரே ஜார்ஜ் பிளிம்ட்டனிடம் சொல்லியிருக்கிறார் - 'கொலைகாரர்கள்,' 'பத்து இந்தியர்கள்', 'இன்று வெள்ளிக்கிழமை' மூன்றும் தரமான கதைகளே. என் ரசனைக்கு ஏற்ற கதை, 'மழையில் ஒரு பூனை' அந்தச் சிறுகதையில்தான் அவருடைய மொத்த ஆளுமையும் வெளிப்பட்டிருக்கிறது.

விதி பற்றி அவருக்குப் பெரிய நம்பிக்கை இல்லை. இருப்பினும், எனக்கு வசீகரம் உடையதாக, பெயரளவிற்கு வெற்றியடைந்ததாகத் தோற்றமளிக்கும் மனிதார்த்தமான படைப்பு: 'நதியைக் கடந்து வனத்திற்குள்'. அப்படைப்பில்தான் அவர் தன்னை முழுமையாக வெளிப்படுத்திக்கொண்டார். அந்தப் படைப்பு ஒரு சிறுகதையாகத் தொடங்கி, பின் விலகி சுரபுன்னை வனம் போன்ற ஒரு நாவலாகப் பரிமாணம் அடைந்தது. ஆனால் அந்நாவலில்தான் தொழில் திறனில் மேதமை கொண்ட இலக்கிய வல்லுநரிடம் அதிகப் பிழைகளும், செயற்கையான வசனங்களும் காணக் கிடைக்கின்றன. இவ்வளவும் இலக்கிய வரலாற்றின் சிறந்த பொற்கொல்லனிடம். இதைப் புரிந்துகொள்ள சற்று சிரமமாகத்தான் இருக்கிறது. 1950களில் இந்தப் புத்தகம் வெளியானபோது மூர்க்கமாக விமர்சனம் செய்தார்கள். ஹெமிங்வே தான் காயப்படுத்தப்பட்டதாக உணர்ந்தார். எங்கு மிக அதிகமாகத் துன்புறுத்தப்பட்டதாக உணர்ந்தாரோ அங்கிருந்து ஹவானா சென்று தன்னைத் தற்காத்துக்கொள்ள முயன்று ஓர் உணர்ச்சிகரமான தந்தியை அனுப்பினார். அவரைப் போன்ற ஒரு படைப்பாளியின் அந்தஸ்திற்கு அது இழுக்கே. அது அவருடைய சிறந்த நாவல் மட்டுமல்ல; பிரத்யேக, நிச்சயமற்ற ஒரு வசந்தத்தில் எழுதத் தொடங்கி, ஒருபோதும் திரும்பப் பெற இயலாத, நிச்சயமற்ற காலங்களைப் பற்றி நினைவுகூர்ந்தும், எதிர்நோக்கியும் துயரார்ந்த வாழ்வின் சில வருடங்களைப் பற்றி யோசித்தும் சிறப்பாக எழுதினார். அவரைப் பற்றிய தடயங்களை அவருடைய வேறு எந்தப் புத்தகங்களிலும் அவர் விட்டுச் செல்லவில்லை. முழு சௌந்தரியத்தையும் மென்மையையும் வேறு எதிலும் அவர் கண்டுபிடிக்கவில்லை.

அந்நாவலில்தான் வடிவம் வழியாக வாழ்வையும் அவருடைய முக்கிய பார்வையையும் சொல்லிச் சென்றார். அவருடைய கதாநாயகனின் மரணம், உண்மையில் இயற்கையானதும் அமைதியானதும்கூட என்றபோதும் அது மாறுவேடம் அணிந்த அவருடைய சொந்தத் தற்கொலையின் முன் தரிசனமே.

மிகுந்த தீவிரத்தோடும் அக்கறையோடும் ஓர் எழுத்தாளனின் படைப்போடு ஒருவர் பல காலம் வாழ்ந்தால், அவரால் புனைவிலிருந்து யதார்த்தத்தைப் பிரித்தறிய முடியாது. நான் பல தினங்கள், பல மணி நேரங்கள் அவர் எழுதுவதற்கு உகந்த இடம் என்று கருதிய செயின்ட் மிச்செலில் உட்கார்ந்து இருக்கிறேன். ஏனெனில் அவ்விடம் இனிமையான, தூய்மையான, வெதுவெதுப்பான, நட்பார்ந்த இடம். நான் எப்போதும் கட்டுக்கு அடங்காது, குளிர்ந்து நகர்ந்து செல்லும் ஒரு தினத்தில், அழகும் உற்சாகமும் உடைய அந்தப் பெண்ணை ஒரு காக்கையின் சிறகு போன்ற கூந்தலை, முகத்தினூடாகச் சாய்வாக வெட்டிச் செல்லும் தலைமயிரை, அவர் பார்த்த அந்தப் பெண்ணை மறுபடியும் கண்டுபிடித்துவிட முடியும் என்று விசுவாசித்து வந்திருக்கிறேன். “நீ எனக்குரியவள். ஆதலால் பாரிசும் எனக்குரியது” என்று தீராத காதலோடு அவர் எழுதியிருந்தார். அவர் விவரித்ததெல்லாம், ஒவ்வொரு நிகழ்வும், என்றென்றும் அவருடையது மட்டுமேயானதாகிறது. என்னால் பாரிஸின் நம்பர் 12 ரூட்டில் ஓதியன் தெருவை, சில்வியா கடற்கரையிலுள்ள புத்தகக் கடையின் முன் - இப்போது அது புத்தகக் கடை அல்ல - மாலை ஆறு மணி வரை பொழுது கழித்தபடி - ஜேம்ஸ் ஜாய்ஸை எதிர்நோக்கியபடி - அவருடைய பேச்சைக் கவனிக்காமல் என்னால் தெருவைக் கடக்க முடிந்ததில்லை.

பரந்த செழுமையான கென்ய வெளியில் அவர்களை ஒரே ஒரு முறை பார்த்தபோது, அவர் அவருடைய காளைகளின், சிங்கங்களின், வேட்டையின் அந்தரங்கமான ரகசியங்களின் உரிமையாளர் ஆனார். காளைச் சண்டை வீரர்களின், பரிசுச் சண்டை வீரர்களின், படைப்பாளிகளின், ஒரு கணம் மட்டுமே உயிர்த்திருக்கும் துப்பாக்கிக்காரர்களின் உரிமையாளர் ஆனார். இத்தாலி, ஸ்பெயின், கியூபா என நோக்கமற்று வெறுமனே உச்சரிப்பதன் வழி பாதி பிரபஞ்சம் அவருடையதாகிறது. கொஜிமார் - ஹவானாவிற்கு

அருகிலுள்ள ஒரு சிறிய கிராமம். 'கடலும் கிழவனி'லும் உள்ள தனிமை ஏறிய செம்படவன் வாழ்ந்த இடம். ஹெமிங்வேயின் தங்க முலாம் பூசிய மார்பளவுள்ள உலோகச் சிலை இவ்வீர சாகசங்களின் நினைவாக அங்கிருக்கிறது. ஃபினகாடிலாவிஜியா - அவருடைய கியூப் இல்லம் - இறப்பிற்கு முன்வரை அவர் வாழ்ந்த இடம் அது. நிழல்கள் படர்ந்த மரங்களோடும், விதவிதமான புத்தகச் சேகரிப்புகளோடும், வேட்டை ட்ராஃபிகளோடும், சாய்வு எழுதுமேசைகளோடும், இறந்த மனிதனின் ஷூக்களோடும், அவருடைய மரணம் வரையிலான உலகம் முழுவதிலிருந்தும் வந்த பகட்டான பரிசுப் பொருட்களாலும் நிறைந்திருக்கிறது. இப்போது அவை அவர் இல்லாதபோதும் வாழத் தொடங்கிவிட்டன. இவ்வற்புதம் எவ்வாறு நிகழ்ந்ததென்றால் அவர் அவற்றைக் கைக்கொள்வதன் வழியாகத் தன் ஆன்மாவை அவற்றுக்குள் படரவிட்டுச் சென்றார்.

சில வருடங்களுக்கு முன்பு, ஃபிடல் காஸ்ட்ரோவின் காரில் நான் சென்று கொண்டு இருந்தேன். அவர் ஒரு தீவிர இலக்கிய வாசகர். அவருடைய இருக்கையில் ஒரு புத்தகம் சிவப்புத் தோலால் சுற்றி வைக்கப்பட்டிருந்தது. நான் "என்ன புத்தகம்?" என்று கேட்டேன். காஸ்ட்ரோ "இது என்னுடைய ஆசான்... ஹெமிங்வே" என்றார். உண்மையில், அவருடைய இறப்பிற்குப் பிறகான இருபது வருடங்கள் கழிந்த பிறகும் கூட ஹெமிங்வேயைக் குறைந்தபட்ச எதிர்பார்ப்புடன் ஒருவர் தேடத் துவங்கும்போது அந்த நித்தியத்துவமற்ற காலை - ஒரு வேளை மே மாதமாக இருக்கலாம் - பொலிவார்டின் செயின்ட் மிச்செலிலுள்ள நடைபாதையிலிருந்து அவர் விளித்து "போய் வா, நண்பா" என்கிற வாக்கியத்தைப் போல் அவர் என்றும் அங்கு இருந்து கொண்டிருக்கிறார் என்பதை ஒருவர் உணரக்கூடும்.

(இக்கட்டுரை டைம்ஸ் பத்திரிகையாளரான ராண்டோல்ப் ஹோகனால் தி நியூயார்க் டைம்ஸின் இணைய இதழுக்காக மொழிபெயர்க்கப்பட்டது.)

●

தேசாந்திரி பதிப்பகம்

உபபாண்டவம்	ரூ.375
நெடுங்குருதி	500
யாமம்	400
துயில்	525
சஞ்சாரம்	360
இடக்கை	375
பதின்	250
கடவுளின் நாக்கு	350
உலக இலக்கியப் பேருரைகள்	350
எழுத்தே வாழ்க்கை	175
பதினெட்டாம் நூற்றாண்டின் மழை	230
தாவரங்களின் உரையாடல்	150
வெயிலைக் கொண்டு வாருங்கள்	140
விழித்திருப்பவனின் இரவு	225
காற்றில் யாரோ நடக்கிறார்கள்	325
கோடுகள் இல்லாத வரைபடம்	75
மலைகள் சப்தமிடுவதில்லை	250
வாசகபர்வம்	210
காண் என்றது இயற்கை	115
செகாவின் மீது பனி பெய்கிறது	150
கூழாங்கற்கள் பாடுகின்றன	75
எனதருமை டால்ஸ்டாய்	100

ரயிலேறிய கிராமம்	150
உலகை வாசிப்போம்	200
நாவலெனும் சிம்பொனி	140
இலக்கற்ற பயணி	200
செகாவ் வாழ்கிறார்	150
தனிமையின் வீட்டிற்கு நூறு ஜன்னல்கள்	150
காட்சிகளுக்கு அப்பால்	75
கால் முளைத்த கதைகள்	100
எலியின் பாஸ்வேர்டு	35
சிரிக்கும் வகுப்பறை	110
விலங்குகள் பொய் சொல்வதில்லை	225
கதாவிலாசம்	380
தேசாந்திரி	275
துணையெழுத்து	350
எனது இந்தியா	650
மறைக்கபட்ட இந்தியா	375
நிமித்தம்	450
நம் காலத்து நாவல்கள்	350
எஸ்.ராமகிருஷ்ணன் நேர்காணல்கள்	250
நகுலன் வீட்டில் யாருமில்லை	150
புத்தனாவது சுலபம்	200
காந்தியோடு பேசுவேன்	175
உறுபசி	175
ஆதலினால்	175
சிறிது வெளிச்சம்	450
இந்தியவானம்	240
வீடில்லா புத்தகங்கள்	250
நூறு சிறந்த சிறுகதைகள்	1000